நாயன்மார் கதை

(நான்காம் பகுதி)

கி. வா. ஜகந்நாதன்

Title: Nayanmaar Kathai (Part IV)

Author: Ki. Va. Jagannathan

Language: Tamil

First Published on: 1962

Year of Publication: 2024

Book Format: Paperback

*Page Size: 6inch * 9inch*

Category: Religious

Subject: Religious

No. of pages: 88

ISBN: 978-81-983571-1-3

Published by: Nilan Publishers, Madurai, Tamilnadu, India

பொருளடக்கம்

முன்னுரை

நாயன்மார்கள் அறுபத்து மூவர்: தொகையடியார் ஒன்பது வகையினர். இந்த எழுபத்திரண்டு பேர்களின் வரலாறுகளையும் சேக்கிழார் விரிவாகப் பெரிய புராணத்தில் பாடினார். அந்த வரலாறுகளை உரைநடையில் எழுதும் வாய்ப்பு எனக்குக் கிடைத்தது. 'அமிர்தவசனி' ஆசிரியர் ஸ்ரீ சு. முத்துசாமி ஐயரவர்கள் தம் பத்திரிகையில் நாயன்மார் வரலாற்றுப் படங்களை வெளியிட இருப்பதாகவும், அந்தப் படங்களுக்கு விளக்கமாக நாயன்மார் வரலாற்றைச் சுருக்கமாக எழுதித்தர வேண்டும் என்றும் கேட்டார். அப்படியே எழுதிவந்தேன். சுந்தரமூர்த்தி நாயனார் வரலாற்றை இறுதியில் விரிவாக எழுதிப் பிறகு சேக்கிழார் வரலாற்றையும் எழுதி முடித்தேன்.

இடையில் 'காமகோடிப்' பிரதீபத்'தில் திருஞானசம்பந்தர் சரித்திரத்தை எழுதும்படி ஸ்ரீ கே. பாலசுப்பிரமணிய ஐயர் பணித்தார். அதில் விரிவாக அவ் வரலாற்றை எழுதினேன்.

என் உழுவலன்பரும் அமுதநிலையம் தலைவருமாகிய ஸ்ரீ ரா.ஸ்ரீ. ஸ்ரீகண்டன் அவர்கள் இவற்றைப் புத்தக உருவில் கொண்டுவந்தால் பலரும் படித்துப் பயன் பெறுவார்கள் என்று சொன்னார். அவர் விருப்பப்படியே இவற்றைத் தொகுத்து நான்கு பகுதிகளாக வெளியிடலானேன். முதல் பகுதியில் நமிநந்தி யடிகள் நாயனார் வரலாறு முடிய இருபத்தேழு தொண்டர் வரலாறுகள் வெளியாயின. இரண்டாம் பகுதி முழுவதும் திருஞானசம்பந்தர் வரலாறாகவே அமைந்தது. மூன்றாம் பகுதி ஏயர்கோன் கலிக்காம நாயனார் முதல் திருவாரூர்ப் பிறந்தார் வரையிலுள்ள 33 தொண்டர்களின் வரலாறுகள் அடங்கியதாக அமைந்தது.

இந்த நான்காம் பகுதியில் முப்போதும் திருமேனி தீண்டுவார் முதல் இசைஞானியார் வரையிலுள்ள பத்துத் தொண்டர்களின் வரலாறும், சுந்தர மூர்த்தி நாயனார் வரலாறும் உள்ளன. இவற்றோடு, பெரியபுராணத்தில் நகரச் சிறப்பாக அமைந்துள்ள மனுநீதிச்சோழன் வரலாற்றையும், திருமுறை கண்ட வரலாற்றையும் புதியனவாக எழுதிச் சேர்த்து, இ

றுதியில் சேக்கிழார் வரலாற்றை யும் இணைத்தேன். ஆகவே இப்பகுதியில் பதினான்கு வரலாறுகள் உள்ளன.

இவற்றை எழுதுவதற்குக் காரணமான திருவருளுக்கும், 'அமிர்தவசனி', 'காமகோடிப் பிரதீபம்' பத்திரிகாசிரியர்களுக்கும், அமுத நிலையம் தலைவருக்கும் என் நன்றியறிவு உரியது.

'காந்தமலை' கி.வா.ஜகந்நாதன்

கல்யாண நகர்,
சென்னை - 28
26-11-62

62. முப்போதும் திருமேனி தீண்டுவார்

சிவபிரானால் அருளிச் செய்யப் பெற்றவை இருபத்தெட்டு ஆகமங்கள். அவற்றைச் சைவ சமயத்தின் அடிப்படை நூல்கள் என்பர். அவ்வாகம வழியே இறைவன் திருக்கோயில்களில் பூசை நடைபெறும். பூசைகள் நித்தியம், நைமித்திகம் என்று இருவகைப்படும். இவற்றைத் திருவள்ளுவர் பூசனை என்றும் சிறப்பு என்றும் கூறுவர். நாள்தோறும் இறைவனைப் பூசித்தல் நித்தியம்; விசேஷ காலங்களில் உற்சவம் முதலியன செய்தல் நைமித்திகம். நித்தியத்தில் நேர்ந்த வழுக்களால் உண்டாகும் தீங்குகளைப் போக்கும்பொருட்டு நைமித்திகத்தை விதித்திருக்கிறார்கள்.

ஆகம வழியே பூசை செய்வதற்குரியவர்கள் சிவ வேதி யர்கள். அவர்களை ஆதிசைவர் என்றும் கூறுவர். அவர்களே இறைவன் திருமேனிகளைத் தீண்டும் உரிமை உடையவர்கள். அபிஷேக ஆராதனை செய்யும் தொழிலும் ஆகம அறிவும் உடையவர்கள் அவர்கள்.

இறைவனுடைய திருமேனியைத் தீண்டும் இந்தப் பெருமை இன்று நேற்று வந்தது அன்று; பழங்காலத்திலேயே அவர்கள் இந்த உரிமையை உடையவர்களாக இருந்தார்கள். இன்றும் அவ்வுரிமையை உடையவர்களாக இருக்கிறார்கள். வருங்காலத்திலும் அந்த உரிமையுடன் இருப்பதற்குரியவர்கள்.

காலை, நண்பகல், இரவு என்னும் மூன்று போதும் இறைவன் திருமேனியைத் தீண்டிப் பூசைபுரியும் உரிமையைப் பெற்றவர்கள் அவர்கள். அவர்கள் பெருமையைச் சேக்கிழார் பின்வருமாறு பாடுகிறார்.

"தெரிந்துணரின் முப்போதும்
    செல்காலம் நிகழ்காலம்
வருங்காலம் ஆனவற்றின்
    வழிவழியே திருத்தொண்டின்

விரும்பிய அர்ச் சனைகள்சிவ
    வேதியர்க்கே உரியனஅப்
    பெருந்தகையார் குலப்பெருமை
    யாம்புகழும் பெற்றியதோ!"
----

63. முழுநீறு பூசிய முனிவர்

சிவபெருமானுடைய அடியார்கள் அணிபவை சிவசின்னங்கள். அவை விபூதியும் ருத்திராட்சமும் ஆகும். கணவனையுடைய சுமங்கலிகள் மஞ்சளும் தாலியும் அணிவதுபோல, இவ்விரண்டையும் அணிவது சிவனடியார்களுக்கு உரியது.

திருநீற்றனருமை அளவிட ஒண்ணாதது. பஸ்ம ஜாபாலோபநிஷத் என்ற உபநிடதம் அதன் சிறப்பைக் கூறுகிறது. இமயம் முதல் குமரி வரையில் நீறணியும் வழக்கம் நெடுநாளாக இருந்து வருகிறது. மற்றச் சமயத்தினரும் ஓரொருகால் நீறணியும் சடங்கை வைத்துக் கொண்டிருக்கின்றனர்.

வைதிக மதத்தினர் யாவரேனும், நீறுபுனையும் சர்ந்தர்ப் பத்தை மாற்ற முடியாது. அக்கினி காரியம் செய்யும் போது முடிவில் ஹோமத்தில் விளைந்த நீற்றை எடுத்து ரகைஷயாக இட்டுக்கொள்ள வேண்டுமென்பது விதி.

எல்லாப் பொருள்களையும் எரித்தால் அவை சாம்பலா கின்றன. எந்த வடிவம் உடைய பொருளாயினும், எந்த நிறம் உடைய பொருளாயினும், யாவும் வெள்ளைப் பொடியாக, நீறாக எரிந்துவிடுகின்றன. அந்த நீற்றை மறுபடியும் எரித்தால் அது மாறுவதில்லை. எல்லாப் பொருளையும் சங்காரம் செய்து தனி யுண்மைப் பொருளாக நிற்கும் சிவபெருமான், எப்படி எதனாலும் வேறுபடாமல் விளங்குகிறானோ அப்படி விளங்குவது திருநீறு.

திருஞான சம்பந்தமூர்த்தி நாயனார் ஆலவாயில் அருளிய திருநீற்றுப் பதிகம் இதன் சிறப்பை எடுத்தோதுவது. "வேதத்தில் உள்ளது நீறு" என்று அவர் பாராட்டுகிறார்.

திருநீற்றுக்குப் பல பெயர்கள் உண்டு. பஸ்மம், ரகைஷ, விபூதி, கற்பம் முதலியவை வட மொழிப் பெயர்கள். நீறு, வெண்பொடி, பொடி, காப்பு முதலியன தமிழ்ப் பெயர்கள். சிவாகமங்களில் இதன் வகைகளைப் பற்றிய செய்திகள் வருகின்றன.

கற்பம், அநுகற்பம், உபகற்பம் என்று மூன்று வகையான திருநீறுகள் உண்டு.

கன்றையீன்றதும், அழுக்கும் நோயும் இல்லாததுமான பசுவின் சாணத்தைச் சத்தியோஜாத மந்திரத்தைக் கூறி ஏற்றுக் கோஜலத்தைச் விட்டுப் பிசைந்து நிழலுலர்த்த லாக உலர்த்தி, சிவராத்திரியன்று சிவமந்திரத்தால் செய்யும் ஓமத்தீயில் இட்டு எரித்து எடுத்த திருநீறு கற்ப விபூதி என்று பெயர் பெறும்.

காட்டிலே உலர்ந்து கிடக்கும் பசுவின் சாணத்தைக் கொணர்ந்து பொடியாக்கிக் கோஜலம் இட்டுப் பிசைந்து, அஸ்திர மந்திரங்கூறி உருண்டையாக உருட்டி உலர்த்திப் பின்பு ஓமத்தீயில் இட்டு எடுக்கும் திருநீற்றை அநுகற்பம் என்று கூறுவர்.

பசுக்கள் மேயும் காட்டில் மரங்கள் பற்றி எரிந்து வெந்த நீறும், பசுக்களைக் கட்டிவைத்த இடங்களில் தீப்பிடித்து வெந்த நீறும், செங்கல் சுட்ட காளவாயில் உண்டா கிய நீறும் ஆகியவற்றைத் தனித்தனியே கோஜலம் விட் டுப் பிசைந்து உலர்த்தி, மடங்களிலுள்ள சிவாக்கினியில் விதிப்படி இட்டு எடுத்ததை உபகற்பம் என்று சொல்வார்கள்.

இந்த மூன்றும் சிவதீட்சை பெற்றவர்கள் அணிவதற்கு உரியவை.

மலையிலும் பூமியிலும் இடி விழுந்த இடத்திலும் தானே உண்டாகிய சாம்பலை அகற்பம் என்பர். தீக்ஷை யில்லாதவர் அணிவதற்குரியது இது.

மேலே சொன்ன கற்பம், அநுகற்பம், உபகற்பம் என்ற மூன்றும் லௌகிக பஸ்மம் என்று கூறப்பெறும். அந்தணர் யாகம் செய்ய அதில் வந்த நீறு வைதிக பஸ்மம் எனப்படும்.

திருநீற்றைச் சிறிதளவு கையில் எடுத்து அகம் புறம் ஆகிய இரண்டிடத்தும் சுத்தி உண்டாகும்படி தியானித்து சிறிது தென்மேற்கில் அஸ்திர மந்திரங்கூறித் தெறித்த பின்பு அணியவேண்டும். சிவசந்நிதியிலும்,

ஹோமத்தீயின் முன்பும், குருவின் முன்பும், நடக்கும் போதும், தூய்மை யற்ற இடங்களிலும் திருநீறு அணியலாகாது. அணியும் போது தரையிற் சிந்தாமல் அணிய வேண்டும்.

திரிபுண்டரமாகவேனும், பிறை வடிவமாகவேனும், தீப வடிவமாகவேனும், வட்ட வடிவமாகவேனும் திரு நீற்றை அணியலாம். உடம்பு முழுவதும் வெண்ணீறு பூசுவது முனிவர்களின் இயல்பு.

தம் திருமேனி முழுவதும் திருநீறு பூசும் வழக்கம் உடையவர்களை வடநாட்டில் மிகுதியாகப் பார்க்கலாம். தமிழ்நாட்டிலும் சிலர் உளர்.

அத்தகைய அடியார்களைத் தொகையடியார்களில் ஒரு வகையாராக்கி,
'முழுநீறு பூசிய முனிவர்க்கும் அடியேன்"
என்று சுந்தரமூர்த்தி சுவாமிகள் பாடியிருக்கிறார்.
----

64. அப்பாலும் அடிச்சார்ந்தார்

சுந்தரமூர்த்தி நாயனார் திருத்தொண்டத் தொகையில் அறுபத்து மூன்று நாயன்மார்களைப் பாடினார். அவர்கள் யாவரும் தமிழ் நாட்டில் இருந்தவர்கள். இந்த அறுபத்து மூன்று பேர்களே சிவபெருமானை வழிபட்டுப் பேறு பெற்றவர்கள் என்று சொல்ல இயலாது. திருவருளால் பாடிய திருத்தொண்டத் தொகையில் அடங்காதவர்கள் பலர் உண்டு. அகத்தியர் தமிழ் நாட்டில் இருந்து வாழ்ந்தவர். அவர் பெரிய சிவபக்தர். அவரைத் தனியே சுந்தர மூர்த்தி நாயனார் பாடவில்லை. அந்த அந்தத் தலங்களில் இறைவனை வழிபட்டு பேறு பெற்றவர்கள் பலர். அவர் கள் யாரையும் எடுத்துப் போற்றவில்லை. சிவபக்தர்கள் அனைவரையும் ஒருவர் விடாமல் பாடவேண்டும் என்று ஆராய்ச்சி செய்து தேடித் தொகுத்துச் சொல்ல முயல வில்லை சுந்தரர். ஆதலின் திருத்தொண்டத் தொகையில் வாராமல் சுந்தரர் காலத்துக்கு முன்பு பல சிவபக்தர்கள் இருப்பது இயல்பே. சிறந்த சிவா நுபூதிச் செல்வராகிய சங்கராசாரியரைத் திருத்தொண்டத் தொகை குறிக்க வில்லை. அவர் பிறந்த இடம் அக்காலத்தில் தமிழ் நாட்டில் தான் சேர்ந்திருந்தது.

இந்தக் கருத்துச் சுந்தரருக்கே தோன்றி யிருக்கிறது. தனியடியார்கள் அறுபத்து மூவரையும் தொகையடியார் ஒன்பதின்மரையும் பாடினார். தொகையடியார்களில் ஒரு வகையினரில் எல்லாச் சிவனடியார்களையும் அடக்கி விட்டார். அப்பாலும் அடிச்சார்ந்தார் என்ற பெயரோடு திருத்தொண்டத் தொகையில் அடங்காத சிவனடியார் அனைவரையும் போற்றினார்.

"அப்பாலு மடிச்சார்ந்தார் அடியார்க்கும் அடியேன்"

என்பது திருத்தொண்டத்தொகை. அதில் உள்ள 'அப் பாலும்' என்ற சொல்லைச் சேக்கிழார் விரித்துரைக்கிறார். மூவேந்தருடைய ஆட்சிக்கு உட்பட்ட தமிழ் நாட்டுக்கு அப்பால் வேறு மண்டலங்களில் சிவபிரான் அடியைச் சார்ந்தவர்கள் இந்தத் தொகையில் சேர்வார்கள். இது இடத்தினால் அப்பாற்பட்ட எல்லையில் இருப்பவர்களைக் குறித்தது. திருத்தொண்டத் தொகையில் குறிப்பிடப்பெறாமல் முன்பு வாழ்ந்தவர்களும் இந்தத் தொகையடியார் குழுவில் சேர்ந்தவர்களே. அவரோடு மட்டுமா? திருத்தொண்டத் தொகையில் வரும்

நாயன்மார்களுக்குப் பின்பு வாழும் சிவனடியார்களும் இத்தொகையில்
சார்ந்தவர்களே. எல்லா இடத்தும் எல்லாக் காலத்தும் வாழ்ந்த சிவனடியார்
யாராயினும், வேறு வகையால் கூறப்பெறாவிட்டால் அப்பாலும்
அடிச்சார்ந்தார் என்னும் தொகையடியாருக்குள் அடங்கி விடுவார்கள்.
மார்க்கண்டேயர் முதலியோர் இடத்தினால் அப்பாற்பட்டவர்கள்.
இவர்கள் யாருமே தொகை யடியார்களைச் சேர்ந்தவர்கள். சேக்கிழார்
கூறும் பாடல் வருமாறு:

"மூவேந்தர் தமிழ்வழங்கு நாட்டுக் கப்பால்
        முதல்வனார் அடிச்சார்ந்த முறைமை யோரும்
நாவேய்ந்த திருத்தொண்டத் தொகையிற் கூறும்
        நற்றொண்டர் காலத்து முன்னும் பின்னும்
பூவேய்ந்த நெடுஞ்சடைமேல் அடம்பு தும்பை
        புதியமதி நதி இதழி பொருந்த வைத்த
சேவேந்து வெல்கொடியான் அடிச்சார்ந் தாரும்
        செப்பிய அப் பாலுமடிச் சார்ந்தார் தாமே,'

[மூவேந்தர் - சேர சோழ பாண்டியர். நா ஏய்ந்த- நாவில் பாடலாகப்
பொருந்திய. இதழி - கொன்றை. சே ஏந்து வெல் கொடியான்; சே - இடபம்.
செப்பிய - சுந்தரர் திருவாய் மலர்ந்த.]

----

65. பூசலார் நாயனார்

தொண்டை மண்டலத்தில் திருநின்றவூர் என்ற பதியில் அந்தணர் குலத்தில் தோன்றினார் பூசலார். அவ்வூரின் பெயரைச் சிதைத்து இப்போது தின்னனூர் என்று வழங்குகின்றனர். பூசலார் நல்லொழுக்கத்திற் சிறந்தவர். மறைநூற் பயிற்சி மிக்கவர். சிவனடியார்பால் பேரன்பு பூண்டு அவர்களுக்கு வேண்டியவற்றை நல்கும் வள்ளல்.

அவர் தம் ஊரில் ஒரு பெரிய சிவலாயத்தைக் கட்ட வேண்டும் என்று ஆசைப்பட்டார். அதற்குரிய செல்வத்தை ஈட்ட முயன்றார். அவராற் பெற முடியவில்லை. 'இனி என் செய்வேன்!' என்று வருந்தினார். பிறகு அவருக்கு ஓர் எண்ணம் உண்டாயிற்று. 'புறத்தே யாவரும் காணக் கோயில் எடுப்பதற்குத்தானே பலருடைய உதவி வேண்டும்? நான் அகத்திலே என் மனம் விரும்பும் அளவில் பெரிய கோயிலாகக் கட்டுகிறேன்' கட்டுகிறேன்' என்று ஒரு தீர்மானம் செய்து கொண்டார். உடனே அவர் ஓரிடத்தில் அமர்ந்து கண்மூடி மனத்திலே கோயில் கட்டத் தொடங்கினார்.

கோயிலுக்கு என்ன என்ன பண்டங்கள் வேண்டுமோ அவற்றையெல்லாம் வாங்கித் தொகுத்துக் கொண்டதாகப் பாவனையில் அமைத்தார். அவருடைய பாவனையின் உறுதியினால் அவ்வாறு அமைத்த தோற்றம் கலையாமல் அகக் காட்சியில் நின்றது. அவருடைய அக உலகத்தில் கோயில் உருவாவதற்குமுன் நடை பெற வேண்டிய காரியங்கள் நடைபெற்றன. கற்கள் வந்தன. வண்டிகள் வந்தன. ஆட்கள் வந்தார்கள். சிற்பியர் வந்து சேர்ந்தனர். இவ்வளவும் பூசலார் தம் உள்ளத்தே நிறுத்திக் கொண்டார்.

ஒரு நல்ல நாள் பார்த்து, அந்த நாளில் அவர் தம் அகக் கோயிலுக்கு அஸ்திவாரம் போட்டார். சிற்பியரும் தொழிலாளர்களும் வேலையில் முனைந்தனர். படை படையாகக் கற்சுவர்கள் எழும்பின. சுவர்களின் மேல் தளம் அமைத்தார். விமானத்தையும் செவ்வையாக அமைத்தார்.

இந்த வேலை ஒரு நாள் இரண்டு நாட்களில் நடை பெறவில்லை. புறத்தே ஒரு கோயில் கட்ட எவ்வளவு நாட்கள் செல்லுமோ அவ்வளவு நாட்கள்

ஆயின. மனத்தினால் எதையும் எளிதில் செய்து விடலாம் என்று நமக்குத்
தோன்றும். ஒரு பெரிய கோயிலை நம் மனத்துக்குள் ஒரு கணத்தில்
கற்பனை பண்ணி நிறுத்திவிடலாம். ஆனால் அது அடுத்த கணமே
மறைந்துவிடும்; அவ்விடத்தில் நம்முடைய வீடு வந்து நிற்கும்; அல்லது
ஒரு கருவேல மரம் காட்சி அளிக்கும்; வேறு யாராவது வந்து நிற்பார்கள்.
ஒரு கணத்தில் பல காட்சிகளைக் காணும் இயல்பு நம் மனத்திற்கு உண்டு.
ஆனால் கண்டதை நிலையாகக் காணும் வழி நமக்குத் தெரியாது.
அதற்குரிய ஆற்றல் நமக்கு இல்லை.

கண்ணை மூடினால் நம் அகத்தே இருள் வந்து முன்னே நிற்கிறது. சிறிதே
பகற் கனவில் ஈடுபட்டால் உள்ளே தோன்றுகிற காட்சி தெளிவாகத்
தோன்றாது. நம்முடைய அன்புக்குரிய குழந்தையை மனத்தில் நினைத்துப்
பார்க்கிறோம். அதன் திருவுருவம்
திருவுருவம் ஏதோ மங்கலாக ஒரு கணம் தோற்றுமேயன்றி, நேரே
காணுவது போலத் தோற்றாது.

மனத்தில் எந்த உருவமும் தெளிவாகத் தோற்றாது என்று ஒருவர்
சொல்லலாம். அப்படி அன்று. கனவு நிலையில் மனம் ஒன்றுதான்
தொழிற்படுகிறது. கனவிலே நாம் காணும் காட்சிகள் அப்போது
தெளிவாகவே இருக்கின்றன. கனவில் வரும் ஆட்களை முழு உருவத்தில்
தெளிவாகப் பார்க்கிறோம். அப்படிப் பார்க்கிறது அகக் கண்தான்.
அதுபோல நாம் விழித்திருக்கும்போது கண்ணை மூடிக்கொண்டு பார்க்க
முடிவதில்லை. காரணம் என்ன?

தூங்கும்போது நம்முடைய இந்திரியங்கள் ஐந்தும் மூடிக் கிடக்கின்றன.
தூங்குகிறவன் கண்ணை மூடிக் கொண்டு தூங்குகிறான்; அதனால்
வெளியேயுள்ளவற்றை அவன் பார்ப்பதில்லை. காதை மூடிக் கொள்ளா
விட்டாலும் அது அடைப்பட்டிருக்கிறது; வெளியிலே பேசும் பேச்சை
அவன் கேட்பதில்லை. இப்படியே இந்திரியங்கள் யாவும் அடைத்துக்
கிடப்பதனால் அகத்தே தோற்றும் கனவுக் காட்சி நேரிலே
காண்பதுபோலத் தெளிவாக இருக்கிறது.

தூங்காமல் விழித்திருக்கும்போதே ஐந்து இந்திரியங்களும் தொழிற்படாமல் அடக்கும் ஆற்றல் நமக்கு உண்டானால் நாம் கண் மூடிச் சிந்திக்கும்போது தெளி வான காட்சியைக் காணலாம். தியானம் செய்து பழகின வர்களுக்கு இத்தகைய காட்சி கிடைக்கும். மானசிக பூசையால் இறைவன் திருவுருவத்தை அகத்தே இருத்திப் பாவனையால் அபிடேகம், அருச்சனை முதலியவை செய்யும் முறை உண்டு. அப்படிச் செய்யும்போது மனத்தில் நிறுத்திய மூர்த்தி சலனமின்றி மங்காமல் மாறாமல் இருப்பது அரிது. பல காலம் தியானம் பண்ணிப் பண்ணிப் பழகினால்தான் அகக் காட்சி ஓடாமல் நிற்கும். அதற்கு மிகவும் நீடித்த பழக்கம் வேண்டும். மன ஒருமைப்பாடும் வேண்டும்.

பூசலார் அத்தகைய தியானப் பழக்கமும் அதன் முதிர்ச்சியால் நினைத்தது அப்படியே மனத்தில் நிலை நிற்கும் அநுபவமும் பெற்றவர். அதனால் ஒரு முழம் கட்டிடம் உயர்ந்ததாக அவர் உள்ளக் கோயிலில் கண்டால், மறுபடியும் அதை உயர்த்துகிற வரையில் அந்தக் காட்சி மாறாமல் நின்றது.

இவ்வாறு தம்முடைய பாவனையால் பூசலார் பெரிய கோயிலையே அகத்தே எழுப்பி விட்டார். தூபி நட்டு, சுதை வேலைகளைச் செய்து, கூபம் அமைத்து, சுற்று மதிலும் எடுத்தார். புறத்தே, தீர்த்தமும் அமைத்தாயிற்று. இனிச் சிவலிங்கப் பிரதிஷ்டையும் கும்பாபிஷேகமும் ஆக வேண்டும்.

இரவு பகல் இதுவே வேலையாக அமர்ந்து பூசலார் அகத்தே திருக்கோயிலைச் சமைத்தார். கும்பாபிஷேகத்துக்குரிய நல்ல நாளும் வைத்து விட்டார்.

அக்காலத்தில் காஞ்சிபுரத்தில் இருந்து ஆட்சி செய்து வந்த பல்லவ மன்னன் அந்நகரில் ஒரு பெரிய சிவாலயத்தைக் கட்டி வந்தான். அது முற்றுப் பெற்றது. கும்பாபிஷேகத்துக்குரிய நாளும் வைத்து விட்டான். அந்த நாளுக்கு முதல் நாளில் இரவு மன்னன் துயிலும்போது இறைவன் அவன் கனவிலே தோன்றி, "திருநின்ற ஊரில் உள்ள நம்முடைய அன்பனாகிய பூசல் பல நாட்கள் எண்ணிச் செய்த ஆலயத்தில் நாளைக்குக் கும்பாபிஷேகம். நாம் அங்கே போக வேண்டும்; ஆதலால் நீ பின்னால் ஒரு நாளில் கும்பாபிஷேகத்தை வைத்துக் கொள்' என்று அருள் செய்தான்.

பூசலார் பெருமையை உலகமெல்லாம் அறிந்துகொள்ள வேண்டுமென்ற திருவுள்ளத்தினால் இறைவன் இதனைச் செய்தான்.

துயில் நீங்கிய அரசன், "இறைவன் விரும்பிப் புகும் அந்த ஆலயத்தை நாம் போய்ப் பார்த்து அதனைக் கட்டிய பெரியவரையும் வணங்க வேண்டும்" என்ற விருப்பத்தினால் காஞ்சியிலிருந்து புறப்பட்டுத் திருநின்ற ஊருக்குச் சென்றான். அங்குள்ளாரை, "பூசலார் எழுப்பிய கோயில் எங்கே இருக்கிறது?" என்று கேட்டான்."அவர் கோயில் கட்டியதாகத் தெரிய வில்லையே!" என்று அவர்கள் கூறவே அரசன் மயங்கி, அவ்வூரிலுள்ள மறையவர்களை யெல்லாம் அழைத்து வரச் செய்தான். யாவரும் வந்த பிறகு, "பூசலார் என்னும் அந்தணர் உங்களில் யார்?" என்று கேட்டான். அவர்கள். "இங்கே. வரவில்லை; இந்த ஊரில்தான் இருக்கிறார். நாங்கள் போய் அழைத்து வருகிறோம்" என்று கூற, அரசன், "அவரை இங்கே அழைத்து வர வேண்டாம். நானே அவர் உள்ள இடத்துக்குப் போகிறேன்" என்று அவரைப் பார்க்கப் புறப்பட்டான்.

பூசலார் இருந்த இடத்தை நண்ணிய வேந்தன் அங்கே கோயில் ஒன்றையும் காணவில்லை. வேறு இடத்தில் கட்டுகிறார் போலும் என்று எண்ணினான். அவரைத் தொழுது, "நீங்கள் இங்கே எம்பெருமானுக்காகக் கட்டிய கோயில் எது? இன்றுதான் நீங்கள் பெருமானைப் பிரதிஷ்டை செய்யப் போகிறீர்கள் என்று அவன் அருளினான். அதனால் உங்களையும் கோயிலையும் தரிசித்து வணங்கும் பொருட்டு வந்தேன்" என்றான்.

பூசலார் வியப்பில் ஆழ்ந்தார். "அடியேனையும் ஒரு பொருளாகக் கொண்டு எம்பெருமான் அருள் செய்தார் போலும்! புறத்தே ஆலயம் அமைக்க என்பால் பொருள் இல்லாமையால் வேறு வழியின்றி என் மனத்தினால் கோயில் எடுக்கலானேன்!" என்று கூறினார்.

அது கேட்ட அரசனுக்கு ஒன்றும் விளங்கவில்லை. "மனத்தினால் எப்படிக் கோயில் கட்டுவது?" என்று கேட்டான். சிவனடியார் தாம் ஒவ்வொரு நாளும் சிறிது சிறிதாகப் பாவனையினால் ஆலயத்தை உருவாக்கிய திறத்தைச் சொன்னார். அரசன் அதைக் கேட்டுப் பெரு வியப்படைந்து, "இந்த அன்பருடைய பெருமைதான் இருந்தவாறு என்னே!" என்று

உருகினான். உலகத்தை ஆளும் ஆட்சி அந்தப் பெரியார் கையில் இருப்பதை அறிந்து அதிசயித்தான். "நான் கட்டின கோயிலை உலக மெல்லாம் காணலாம். ஆனால் இவர் கட்டின கோயிலை இறைவன் கண்டு அதற்குள் புகும் ஆர்வம் உடையவனாக இருக்கிறானே! இந்தப் பெரியார் முன் இந்தப் புல்லியேன் எம்மாத்திரம்!" என்று எண்ணி நைந்தான். தன் முடி தாழப் பூசலார் காலில் வீழ்ந்து போற்றினான்; ஆடினான்; பாடினான். பிறகு விடைபெற்றுக் காஞ்சிக்குச் சென்றான்.

பூசலார் தாம் எண்ணியபடியே குறிப்பிட்ட வேளையில் தம்முடைய உள்ளத்தில் எழுந்த திருக்கோயிலில் சிவ பெருமானை நிறுவிப் பூசனை புரியத் தொடங்கினார். அந்தக் கோயில் அவர் உள்ளத்தில் ஒரு காலைக்கு ஒருகால் பொலிவு பெற்று விளங்கியது. நாள்தோறும் உள்ளத்தால் ஆசை தீரப் பூசை செய்து வழிபட்டார்.

இப்போது அந்த உள்ளக் கோயிலை நினைப்பூட்ட ஹிருதயாலயேசுவரர் திருக்கோயில் திருநின்றவூரில் இருக்கிறது.

----

66. மங்கையர்க் கரசியார்

திருஞான சம்பந்தப் பெருமானால் பாண்டி நாட்டில் சைவ நெறி தழைப்பதற்குக் கருவியாக இருந்தவர்கள் பாண்டிமாதேவியாகிய மங்கையர்க்கரசியாரும் குலச்சிறையும் ஆவர். கூன் பாண்டியனுடைய மனைவியும் சோழ மன்னனுடைய மகளுமாகிய மங்கையர்க்கரசியார் தம் கணவன் நெறியல்லா நெறி சென்று சைவர்களுக்குத் தீங்கு செய்ய உறுதுணையாக இருந்ததை அறிந்து அவனைத் திருத்த முற்பட்டார். தம் கணவரைத் திருத்திப் பணிகொண்ட கற்பரசியர் மிகச் சிலர். அவருள் சிறந்தவர் மங்கையர்க் கரசியார்.

திருஞான சம்பந்தர் தம்முடைய திருவாக்கால் அரசி' யாரைப் பலபடியாகப் பாடியுள்ளார்.

"மங்கையர்க் கரசி வளவர்கோன் பாவை
வரிவளைக் கைமட மானி
பங்கயச் செல்வி பாண்டிமா தேவி"

"செந்துவர் வாயாள் சேலன கண்ணாள்
சிவன்திரு நீற்றினை வளர்க்கும்
பந்தணை விரலாள் பாண்டிமா தேவி'

"முத்தின்தாழ் வடமும் சந்தனக் குழம்பும்
நீறுந்தன் மார்பினின் முயங்கப்
பத்தியார் கின்ற பாண்டிமா தேவி"

"மண்ணெலாம் நிகழ மன்னனாய் மன்னும்
மணிமுடிச் சோழன்றன் மகளாம்
பண்ணினேர் மொழியாள் பாண்டிமா தேவி "

"பன்னலம் புணரும் பாண்டிமா தேவி"

என்று ஒரு தேவாரப் பதிகத்தில் புகழ்ந்திருக்கிறார். அன்றியும்
அப்பிராட்டியாரை விளித்தே ஒரு திருப்பதிகம் பாடியிருக்கிறார்.

"மானின் நேர்விழி மாத ராய்வழு
திக்கு மாபெருந் தேவிகேள்"
என்று தொடங்குவது அது.

இத்தகைய சிறப்புப் பெற்றமையைச் சேக்கிழார் எடுத்துச் சொல்கிறார்:

"பூசுரர்கு ளாமணியாம் புகலி வேந்தர்
போனகஞா னம்பொழிந்த புனித வாக்கால்
தேசுடைய பாடல்பெறுந் தவத்தி னாரைச்
செப்புவதியாம் என்னறிந்து"
என்கிறார்.

சிவப்பிரகாச சுவாமிகள் தாம் பாடிய நால்வர் நான்மணிமாலையில் ஒரு
செய்தியைச் சொல்கிறார். திருஞான சம்பந்தப் பெருமானுடைய
பெருமையைக் கேட்டவுடன் மங்கையர்க் கரசியாராகிய கோமகளாருக்குத்
தாயன்பு மீதூர்ந்து நகிலில் பால் சுரந்ததாம்.

"இலைபடர்ந்த பொய்கை யிடத்தழுதல் கண்டு
முலைசுரந்த அன்னையோ, முன் நின் - நிலையுணர்ந்து
கொங்கை சுரந்த அருட் கோமகளோ சம்பந்தா
இங்குயர்ந்தார் யார்சொல் எனக்கு?"
என்பது அவர் பாடல்.

கூன் பாண்டியனாக இருந்த தம் கணவனுடைய உள்ளக் கூனையும், உடற்
கூனையும் ஞானசம்பந்தப் பெருமானால் நிமிரச் செய்வித்து, அவனை
நின்றசீர் நெடுமாற நாயனாராக்கிய பெருமை மங்கையர்க் கரசியாரைச்
சார்ந்த தாகும்.

----

67. நேச நாயனார்

யாரிடத்திலாவது ஒருவருக்கு அன்பு விழுந்து விட்டால் அவருக்கு
ஏதாவது நன்மை செய்து கொண்டிருக்க வேண்டும் என்ற எண்ணம் வரும்.
குழந்தையினிடம் அன்புள்ள அன்னைக்கு அதற்கு உணவு ஊட்ட
வேண்டும், அதை உறங்கச் செய்ய வேண்டும் என்ற எண்ணங்கள்
எழுகின்றன. குழந்தை வளர வளர அதற்கு வண்ண வண்ண ஆடை அணிய
வேண்டும் என்று எண்ணி முயலுகிறாள். பல வகை அணிகளைப்
பூட்டுகிறாள். தம்மினும் உயர்ந்த நிலையில் உள்ளவர்களிடம் தாழ்ந்த
நிலையில் இருப்பவர்கள் அன்பு பூண்டால் அவர்களுக்கு எப்போதும்
ஏவல் செய்து கொண்டே இருக்க வேண்டும் என்று ஆசைப்படுவார்கள்.

சிவனடியார்களிடம் ஈடுபாடுடையவர்கள் தம்மால் ஆன தொண்டுகளை
அவர்களுக்குச் செய்து கொண்டே இருக்க வேண்டும் என்று
விரும்புவார்கள். பணமுடையார் பணம் அளிப்பார்கள்; சோறளிப்பார்கள்.
எந்தப் பொருளேனும் தம்மிடத்தில் பிறருக்கு உதவும்படி யிருந்தால் அதை
அடியார்களுக்கு அளிக்க விரைவார்கள்.

காம்பீலி என்னும் பழம்பதியில் வாழ்ந்த நேச நாயனார்
சிவனடியார்களிடம் ஆழ்ந்த நேசம் உடையவராக விளங்கினார். அவர்
நெய்தல் தொழில் செய்பவர். சிறிதும் பாவம் இல்லாத தொழில் அது;
திருவள்ளுவர் மேற்கொண்டிருந்த தொழில். இறைவன் தமக்கு
அத்தொழில் செய்யும் வாய்ப்பை அளித்தது, சிவனடியார்களுக்குத்
தொண்டு புரிவதற்காகவே என்று உளம் கொண்டார் நேச நாயனார்.

எப்போதும் இறைவனைத் தியானிப்பதும், அவனுடைய
திருவைந்தெழுத்தை ஓதுவதும், தமக்குரிய கைத் தொழில் திறமையால்
சிவனடியார்களுக்கு வேண்டிய ஆடைவகைகளை நெய்து
வழங்குவதுமாக மூன்று கரணங்களாலும் திருத்தொண்டு புரிந்து வந்தார்
அவர். சிவனடியார்களின் விருப்பத்துக்கு ஏற்ற ஆடைகளும், இடுப்பில்
அரைஞாண் கயிறு போலக் கட்டும் கீளும், கோவணமும் நெய்து வழங்கி
வந்தார்.

நேச நாயனார் ஆடை நெய்து வழங்குவதை அறிந்து பல சிவனடியார்கள் அவர்பால் வந்து தமக்கு வேண்டிய வற்றைப் பெற்றுச் சென்றார்கள்.

இவ்வாறு வாழ்நாள் முழுவதும் இடையறாது திருத் தொண்டு செய்து வாழ்ந்து இறுதியில் இறைவன் திருவடி நீழலை அடைந்து பேரானந்தப் பெருவாழ்வு பெற்றார் நேச நாயனார்.

----

68. கோச்செங்கட் சோழ நாயனார்

சோழ நாட்டில் பொன்னிப்பூங்கரையில் விளங்குவது திருவானைக்கா என்னும் திருத்தலம். அது பஞ்சபூதத் தலங்களில் ஒன்று; அப்புத் தலம். அங்கே இறைவனுக்கு அப்புலிங்கம் என்றும், செழுநீர்த்திரள் என்றும் பெயர் வழங்கும்.

அந்தத் தலத்தில் இறைவன் வெண்ணாவல் மரத்தின் கீழ் எழுந்தருளி யிருக்கிறான். அதனால் அத்தலத்துக்கு ஜம்புகேசுவரம் என்ற திருநாமம் வழங்குகிறது. அந்தப் பெருமானை ஓர் யானை நாள்தோறும் காவிரிநீர் கொண்டு வந்து நீராட்டி, இலையாலும் மலராலும் அருச்சனை செய்து வழிபட்டது. அந்தக் காரணத்தால் அதற்குத் திருவானைக்கா என்ற பெயர் உண்டாயிற்று.

அங்கே ஞானமுடைய ஒரு சிலந்தி நாவல் மரத்திலிருந்து சருகு உதிராவண்ணம் தன் வாய் நூலால் மேற் கட்டியைப்போல ஒரு வலையைக் கட்டியது. இறைவனை வணங்க வந்த யானை அந்த வலையைப் பார்த்து, "ஐயோ! ஈதென்ன அநுசிதம்?" என்று வருந்தி அதைக் கலைத்து விட்டது. அதைக் கண்டு சிலந்தி வருந்தியது. 'இறைவன் மேல் சருகு விழாமல் பாதுகாக்க நான் கட்டிய நூற்பந்தலை இது அழிப்பதாவது?!' என்று சினங்கொண்டது.

மறுநாள் யானை வழிபட வந்து சிலந்தி வலையைக் கலைத்தபோது, சிலந்தி அதன் துதிக்கையுள் புகுந்து அழுந்தக் கடித்து விட்டது. அதனால் யானை கீழே விழுந்து தன் துதிக்கையைத் தரையில் வேகமாக மோதியது. அதனால் சிலந்தி இறக்க, யானையும் இறந்து விட்டது.

சிவபூசை செய்த புண்ணியத்தால் அந்தச் சிலந்தி சோழர் குலத்தில் ஒரு மகவாய்ப் பிறந்தது. சுபதேவன் என்னும் சோழ மன்னன் தன் மனைவியாகிய கமலவதியுடன் தில்லை நடராசப் பெருமான் திருவடியை வணங்கி வாழ்ந்து வரும் நாளில் கமலவதி கருவுற்றாள். கருப்பம் நிரம்பி மகவு பிறக்கும் வேளைக்குச் சற்றுமுன் ஒரு சோதிடர், "இன்னும் ஒரு நாழிகை கழித்துக் குழந்தை பிறந்தால் எல்லா உலகமும் காவல்புரியும

சக்கரவர்த்தி யாவான்" என்று சொன்னார். அதைக் கேட்ட கமலவதி ஒரு நாழிகை யளவும் குழந்தை பிறக்காமல் இருக்க என்ன வழி யென்று ஆராய்ந்தாள்.

கடைசியில் தன் காலை மேலே எடுத்துக் கட்டும்படி சொன்னாள். ஒரு நாழிகைக்குப்பின் மீட்டும் பழைய படியே காற்கட்டை அவிழ்த்து விடச் செய்தாள். இவ்வாறு செய்தமையால் ஒரு நாழிகை கழித்துக் குழந்தை பிறந்தது. அதிக நேரம் குழந்தை தாயின் வயிற்றில் இருந்தமையால் அதன் கண்கள் சிவந்திருந்தன. அதுகண்டு, "என் கோச் செங்கண்ணனோ?" என்று மகிழ்ந்தாள். பின்பு அவள் உயிர் நீத்தாள்.

சுபதேவன் குழந்தையை எடுத்து வளர்த்து வந்தான். குழந்தைக்குக் கோச் செங்கணான் என்பதே பெயராக வழங்கலாயிற்று. தக்கவண்ணம் அறிவுபெற்று வளர்ந்த சோழர் குல மைந்தன் சிவபிரானிடம் பேரன்புடையவனாக விளங்கினான். அவன் தந்தை அவனுக்கு முடி சூட்டித் தான் தவஞ் செய்யப் போனான்.

கோச்செங்கட் சோழன் பூவலயம் புரக்கும் கடமையை மேற்கொண்டு செங்கோலோச்சி வந்தான். பல சிவாலயங்களைக் கட்டினான். திருவானைக்காவில் போன பிறவியில் இறைவன் திருவருள் பெற்றதனை உணர்ந்து, அங்கே அழகிய கோயிலை எழுப்பி வழிபட்டான். இப்படிப் பலபல கோயிலில்களை அவன் கட்டினான்.

யானையைப் பகையாக எண்ணிய சிலந்தியே கோச் செங்கணானாகப் பிறந்தமையால், இந்தப் பிறவியில் அம் மன்னன் யானை யேறாத மாடக் கோயில்களாகக் கட்டினான் என்பர்.

கோச்செங்கணான் சிவபிரானுக்கு ஆலயங்கள் எழுப் பியதைத் திருமங்கை யாழ்வார் தம்முடைய பெரிய திருமொழியில் பாராட்டுகிறார்.
"இருக்கிலங்கு திருமொழிவாய் எண்டோள் ஈசற்கு
எழில்மாடம் எழுபது செய் துலகம் ஆண்ட
திருக்குலத்து வளச்சோழன் சேர்ந்த கோயில்
திருநறையூர் மணிமாடம் சேர்மின்களே."

இதனால் அவன் திருமாலையும் வழிபட்டவன் என்று புலனாகிறது.

திருவானைக்காவில் வழிபட்ட சிலந்தியே கோச் செங்கட் சோழனாகப் பிறந்தது என்பதைத் திருநாவுக்கரசு நாயனார் பல இடங்களிற் பாடியுள்ளார். ஒரு பாட்டு
வருமாறு:

"சிலந்தியும் ஆனைக் காவில் திருநிழற் பந்தர் செய்து
உலந்தவண் இறந்த போதே கோச்செங்க ணானு மாகக்
கலந்த நீர்க் காவிரிசூழ் சோணாட்டுச் சோழர் தங்கள்
குலந்தனிற் பிறப்பித் திட்டார் குறுக்கைவீ ரட்ட னாரே."

சிவத்தொண்டு புரிந்து விளங்கிய கோச்செங்கட் சோழன் திருத்தில்லை செ்ன்று வணங்கிச் சிலநாள் அங்கே தங்கி அங்குள்ள மறையவர்களுக்கு மாளிகைகள் பலவற்றைக் கட்டி வழங்கினான்.

இந்தச் சோழனுடைய வீரத்தைப் பாராட்டிப் பொய்கையார் என்னும் புலவர் களவழி நாற்பது என்ற நூலைப் பாடி யிருக்கிறார். அது பதினெண் கீழ்க்கணக்கு என்னும் நூல் வரிசையில் ஒன்றாகச் சேர்க்கப் பெற் றுள்ளது.

----

69. திருநீலகண்ட யாழ்ப்பாண நாயனார்

திருஞானசம்பந்தர் பாடிய திருப்பதிகங்களை உடனுக்குடன் தம்முடைய யாழில் வாசிக்கும் பெரும்பேறு பெற்றவர் திருநீலகண்ட யாழ்ப்பாணர். பழங்காலமுதல் வாய்ப் பாட்டிலும் இசைக் கருவிகளிலும் வல்லவர்களாக இருந்தவர்கள் பாணர்கள். அந்த மரபில் யாழ் வாசிக்கும் பேராற்றல் படைத்தவராக விளங்கினார் திருநீலகண்ட யாழ்ப்பாணர். விருத்தாசலத்துக்கு அருகில் உள்ள திரு எருக்கத்தம் புலியூர் என்னும் ஊரிற் பிறந்தவர். அவ்வூர் இப்போது இராசேந்திரப் பட்டணம் என்று வழங்குகிறது. இவருடைய மனைவியும் இசை பாடுவதில் வல்லவர். அவருக்கு மதங்க சூளாமணியார் என்பது பெயர்.

திருநீலகண்ட யாழ்ப்பாணர் சிவபக்தி மிக்கவர். சிவ பெருமான் எழுந்தருளி யிருக்கும் திருப்பதிகளுக்குச் சென்று தரிசனம் செய்து, இறைவன் புகழைக் கூறும் இசைப் பாடல்களை யாழில் இசைத்து வழிபட்டு வந்தார். சோழ நாட்டில் உள்ள திருத்தலங்களைப் பணிந்து பிறகு ஆலவாய் சென்றார். மதுரைப் பெருமான் திருக்கோயில் வாயிலை அடைந்து, அங்கு நின்றபடியே யாழிற் சுருதி கூட்டிப் பல பாடல்களைப் பாடினார். அக்காலத்தில் பாணர்களைச் சற்றே இழிந்த குலத்தினர் என்று கருதி வந்தார்கள்; ஆதலின் அவர் கோயில் வாயிலில் நின்று பாடினார்.

அவருடைய பக்தியிலும் பாடலிலும் ஈடுபட்ட ஆலவாய்ப் பெருமான், அன்று இரவு திருக்கோயில் பணி புரியும் தொண்டர்களுக்கும் பிற சிவனடியார்களுக்கும் கனவிலே தோன்றி, யாழ்ப்பாணரைக் கோயிலுள் அழைத்துச் சென்று தரிசனம் செய்து வைக்கும்படி கட்டளை யிட்டார். மறுநாள் விடிந்தவுடன் அடியார்கள் கூடித் திருநீலகண்ட யாழ்ப்பாணரிடம் வந்து இறைவன் திருக்குறிப்பைச் சொன்னார்கள். நாயனார் இறைவன் திருவருள் இருந்தவாறு என்னே என்று உருகி அவர்கள் பின் சென்று இறைவன் சந்நிதியை அடைந்தார்.

இறைவனைத் தரிசித்து என்றும் இல்லாத இன்பம் பெற்றார். அப்பால் அங்கே அமர்ந்து யாழை மீட்டி இறைவன் இசை கூறும் பாடல்களை மெய்ம்மறந்து வாசிக்கத் தொடங்கினார்.

அப்போது அசரீரி வாக்கு ஒன்று எழுந்தது. கீழே இருந்து பாணர் பாடினால் தரையின் ஈரத்தால் யாழின் நரம்புக் கட்டுக் குலையுமாதலால் அவருக்குப் பலகை இட வேண்டுமென்று இறைவனுடைய அருளொலி கேட்டது. உடனே தொண்டர்கள் வியந்து அவ்வாறே நாயனாருக்கு ஓர் அழகிய பீடத்தை இட்டு அதன்மேல் அமர்ந்து பாடும்படி வேண்டினார்கள். யாழ்ப்பாணர் அதன்மேல் இருந்து உள்ளமுருக உடலுருக மிகமிக இனிமையாக இறைவன் புகழை யாழிசைப் பாட்டினால் வடித்துப் பாடினார்.

திருவாலவாய்த் தரிசனத்தின்பின் இவர் வேறு பல திருப்பதிகளுக்குச் சென்று வழிபட்டுத் திருவாரூரை வந்து அடைந்தார். அங்கும் திருக்கோயில் வாயிலுக்குமுன் சென்று இறைவன் புகழைப் பாடினார். இறைவன் அருளால் தொண்டர்கள் இவர் பெருமையை நன்கு அறிந்து தனியே வடதிசையில் ஒரு புதிய வாயிலை உண்டாக்கி அதன் வழியே இவரைக் கோயிலுக்குள் அழைத்துச் சென்றார்கள். உள்ளே சென்று மூலத்தானத்து மூர்த்தி யையும் அமரவிடங்கத் தியாகேசனையும் தரிசித்துப் பாடி இன்புற்றார்.

அங்கிருந்து புறப்பட்டு வேறு தலங்களுக்குச் சென்று வழிபாடு ஆற்றிச் சென்று கொண்டிருந்தார் திருநீலகண்டத்துப் பெரும்பாணர். அப்போது சீகாழியில் இறைவி தந்த ஞானப்பாலை உண்டு தெள்ளமுதத் தேவாரப் பதிகங்களை வெள்ளமெனப் பாடி வருகின்றார் திருஞானசம்பந்தர் என்ற செய்தி தமிழ்நாடெங்கும் பரந்திருந்தது. அங்கங்கே உள்ளவர்கள் சீகாழிக்குச் சென்று சம்பந்தப் பெருமானைத் தரிசித்து வந்தார்கள். திருநீல கண்ட யாழ்ப்பாணரும் இந்தச் செய்தியை அறிந்து தம்முடைய மனைவியாருடன் சீகாழியை அடைந்து ஞான சம்பந்தரை வணங்கினார். சம்பந்தர் அவரை உபசரித்து அவருக்குத் தனியே இருக்கை யமைத்து அதில் தங்கும்படி செய்தார். யாழ்ப்பாணர் அப்பெருமானுடன் எப்போதும் இருந்து அவருடைய திருப்பதிகங்களை யாழிலிட்டுப் பாட வேண்டும் என்ற தம் விருப்பத்தை எடுத்துரைத்தார். சம்பந்தர் அவ்வாறே ஆகுக என்று அருள, அதுமுதல் தேவாரத் திருப்பதிகத்தை உடனிருந்து யாழிற் பொருத்தி வாசிக்கும் தொண்டைச் செய்து இன்புற்றார்.

திருப்பெருமண நல்லூரில் ஞானசம்பந்தப் பெருமான் திருமணத்தில் தோன்றிய சோதியுள் அப்பெருமானுடன் புக்கு இறைவன் திருவடியை அடைந்தார்.

----

70. சடைய நாயனார்

சுந்தரமூர்த்தி நாயனார் திருநாவலூரில் பிறந்தவர். அவரை ஈன்றெடுத்த
பெரியார் சடையர் என்னும் திரு நாமம் உடையவர். ஆதி சைவ குலத்தில்
தோன்றிய உத்தமர். தாம் முன்னைப் பிறவியில் செய்த புண்ணியப்
பயனாக நம்பி ஆரூரரைப் பெற்றெடுத்தார்.

அவர்களுக்கு ஆரூரில் உள்ள தியாகராசர் குல தெய்வமாதலின் தம்முடைய
குமாரருக்கு ஆரூரர் என்ற திருநாமத்தைச் சூட்டினார்.

சுந்தரமூர்த்தி நாயனார் திருத்தொண்டத் தொகை பாடிய காலத்தில் அவர்
தகப்பனார் இறைவன் திருவடியை அடைந்து விட்டார் என்று தெரிகிறது.
திருத்தொண்டத் தொகையில், "என்னவனாம் அரனடியே அடைந்திட்ட
சடையன்' என்று வருவதனால் இதனை உணரலாம். சுந்தரமூர்த்தி
சுவாமிகள் தம்மைப் பல இடங்களில் சடையனார் புதல்வர் என்று
சொல்லிக் கொள்கிறார்.

"ஊரன், சடையன்றன் காதலன்"
"சடையன்றன் சிறுவன் வன்றொண்டன்"
"சடையன் திருவாரூரன்"
"நண்புடைய நன்சடையன் சிறுவன் "
"சடையன் காதலன்"
என்பனபோல வரும் இடங்களைக் காண்க. சடைய நாயனார் அறுபத்து
மூன்று நாயன்மார்களில் ஒருவராக இன்று விளங்குகிறார்.

----

71. இசைஞானியார்

அறுபத்து மூன்று நாயன்மார்களுள் மூன்றுபேர் பெண்மணிகள். ஒருவர் காரைக்காலம்மையார். மற்றொருவர் மங்கையர்க்கரசியார். பின்னும் ஒருவர் இசை ஞானியார். இந்த மூவரிலும் நாயன்மார் கூட்டத்தில் சேர்ந்த கணவர்களைப் பெற்றவர் இருவர். நின்ற சீர் நெடுமாற நாயனாரைக் கணவராகப் பெற்றவர் மங்கையர்க் கரசியார்; சடையனாராகிய நாயனாரைக் கணவராகப் பெற்றவர் இசைஞானியார். இந்த இருவருள்ளும், தாம், தம் கணவர், தம் புதல்வர் என்று குடும்ப முழுவதுமே நாயன்மார்களாக உள்ள பெருமை இசைஞானியாருக்கு இருக்கிறது. அறுபது நாயன்மார்களுடன் இந்தக் குடும் பத்தினரும் சேர்ந்து அறுபத்து மூவர் ஆயினர்.

வன்றொண்டர், நாவலாஞரர், தம்பிரான் தோழர், ஆளுடைய நம்பிகள் என்று சிறப்பிக்கப் பெறும் சுந்தர மூர்த்தி நாயனாரைத் திருவயிறு வாய்க்கும் பேறு பெற்றவர் இசைஞானியார். அவருடைய திருநாமம் இயற்பெயரோ, அன்றிச் சிறப்புப் பெயரோ அறியோம். இசைக்கலையில் பெருஞான முடையவராதலின் யாவரும் அவரை இயற்பெயரால் சுட்டிக் கூறாமல், இசைஞானியார் என்று சிறப்பித்துக் கூறும் வழக்கத்தை மேற்கொண் டிருக்கலாம். திருஞானசம்பந்தப் பெருமானுடைய இயற் பெயர் இன்னதென்று சேக்கிழாரும் சொல்லவில்லை; ஞானசம்பந்தப் பெருமானும் கூறிக்கொள்ளவில்லை. ஞானப்பால் உண்டதனால் பெற்ற சிறப்புப் பெயரே உலகறிய முழங்குகிறது. அதுபோல இசைஞானச் சிறப்பினால் இசை ஞானியார் என்று யாவரும் குறிக்கும் வழக்கு உண்டாயிற்று என்று கொள்வதில் தவறு இல்லை.

நாளும் இன்னிசையால் தமிழ் பரப்பும் திருத்தொண் டில் ஈடுபட்டவர் சுந்தரர். "சொற்றமிழ் பாடுகென்றார் தூமறை பாடும் வாயார்" ஆதலால், அவனருளே துணை யாகத் திருப்பதிகங்களை இசையுடன் பாடலானார்.

"மந்தம் முழுவம் இயம்பும் வளவயல் நாவலா ஞரன்
சந்த மிசையொடும் வல்லார்"
"ஒலிகொள் இன்னிசைச் செந்தமிழ் பத்தும்"

"பாடல் பத்தும், உன்னி இன்னிசை பாடுவார்"

என்பவற்றில் சுந்தரர் இசையுடன் பதிகங்களைப் பாடினார் என்பது புலனாகும். அவர் இசையில் வல்லவராகத் திகழ்ந்தவர். அந்த இசையறிவு தாயாரிடமிருந்து கருவோடு வந்தது என்று கொள்வது பொருத்தமாக இருக்கும் அல்லவா?

சிவபெருமானிடம் பேரன்பும் அறநினைவும் உள்ள இசைஞானியார் திருவயிற்றில் ஆலால சுந்தரர் திருவவ தாரம் செய்ய வேண்டுமானால், அப்பெருமாட்டியாருடைய புண்ணியப் பயனை அளவிட்டு உரைக்க ஒண்ணுமோ? திருத்தொண்டர் புராணசாரம் பின் வருமாறு அவரைப் போற்றுகிறது.

"நாவற் றிருப்பதிக்கோர் செல்வச் சைவ
    நாயகமாம் சடையனார் நயந்த இன்பப்
பூவை குலமடந்தை பொற்பார் கொம்பு
    புனிதமிகு நீறணிந்து போற்றி செய்தே
ஆவிற் றிகழ்தலைவன் வலிய ஆண்ட
    ஆரூரர் அவதரிக்க அருந்தவங்கள் புரிந்தார்
யாவருக்கும் எட்டாத இசைந்த இன்ப
    இசைஞானி எனஞானம் எளிதாம் அன்றே."
----

72. சுந்தரமூர்த்தி நாயனார்

திரு அவதாரம்

தேவர்களும் அசுரர்களும் சேர்ந்து பாற்கடலைக் கடைந்தனர். கற்பகம் வந்தது; காமதேனு வந்தது; இன்னும் பல பொருள்கள் வந்தன. இந்திரனும் பிறரும் அவற்றைத் தமக்குரிய பொருள்களாக்கிக் கொண்டனர். இன்னும் அமுது எழவில்லை. அதற்குமுன் பெரு நஞ்சு தோன்றியது; தன் காற்றுப் பட்டாலே மயங்கி வீழச் செய்யும் ஆலகால விடம் தோன்றியது.

அப்பொழுது அமரர் அஞ்சி நடுங்கினர். சாவாமையைப் பெறவேண்டு மென்ற ஆசையினால் பாற்கடலைக் கடையப் போக, இப்போது உலகையே கணத்தில் முடிக்கும் நஞ்சு எழுந்ததே என்று விதிர் விதிர்த்தனர். யாவரும் சிவபெருமானுக்கு முன் சென்று விழுந்து வணங்கித் தமக்கு வந்த இன்னலைக் கூறி முறையிட்டனர். கருணாநிதியாகிய சிவபெருமான், அவர்கள் அதுகாறும், தன்னை நினையாதிருந்த குற்றத்தை மறந்து அவர்களுக்கு அருள்புரியத் திருவுள்ளம் கொண்டான். "நஞ்சைக் கொணருங்கள். நான் அதை விழுங்குகிறேன்" என்றான்.

"நஞ்சைக் கொணர்வதா! அதன் அருகில் யார் போக முடியும்?" என்று நடுங்கிக் கூறினர் அமரர்.

இறைவன் உள்ளே சென்று நிலைக்கண்ணாடியின் முன் நின்று தன் திருக்கோலத்தைப் பார்த்துக் கொண்டான். கண்ணாடியில் தோன்றிய உருவத்திலிருந்து பேரழகனாக ஒரு மூர்த்தி தோன்றினான். சுந்தரனாகிய அவனை நோக்கி, "நீ உடனே சென்று ஆலால நஞ்சைக் கொண்டுவா" என்று ஈசன் பணித்தான். அவன் அப்படியே செய்ய, அந்த நஞ்சை இறைவன் விழுங்கி அதனைத் தன் கண்டத்திலே நிறுத்திக்கொண்டான். அமரர் தமக்கு வந்த இடை யூறு அகன்று அமுதம் கடைந்து உண்டனர்.

தன் போழகினாலும், ஆலால நஞ்சை எடுத்துவந்த பெருமையாலும் ஆடியில் தோன்றிய அழகனுக்கு ஆலால சுந்தரன் என்ற திருநாமம் உண்டாயிற்று. அவன் சிவபிரானுடைய அணுக்கத்தொண்டனாக,

இறைவனுக்கு வேண்டிய மாலை, திருநீறு முதலியவற்றை
எடுத்துச்சென்று வழங்கும் பணியைப் புரிந்து வந்தான்.

ஒருநாள் திருக்கயிலையில் உள்ள நந்தவனத்தில் தேவி கூந்தலில் அணியும்
பொருட்டு, அன்னையின் தோழிகளாகிய அனிந்திதை கமலினி என்னும்
இருவரும் பூக் கொய்து கொண்டிருந்தனர். அப்போது ஆலால சுந்தரன்
அங்கே வந்து சேர்ந்தான். அவன் அங்கே மலர் கொய்து கொண்டிருந்த
இருவரையும் கண்டான். அவன் உள் எத்தே ஒரு கிளர்ச்சி தோன்ற
அவ்விருவர்பாலும் தன் மனத்தைப் போக்கினான். அவனைக் கண்ட
அவ்விரு மாதரும் அவனுடைய திருவுருவ எழிலைக் கண்டு உள்ளத்தே
இருத்தினர்.

ஆலால சுந்தரன் மலர்களைக் கொய்து சென்றான். மங்கையர் இருவரும்
அப்படியே மலர் கொய்து எடுத்துச் சென்று இறைவியை அடைந்தனர்.
சிவபெருமான் ஆலாலசுந்தரன் தன் உள்ளத்தை இரு மங்கையர்பால்
போக்கிய செய்தியை உணர்ந்து கொண்டான்.
அவனை நோக்கி, "நீ இருவர்பாலும் காதல் கொண்டனை. அந்தக் காதல்
கனிந்து இன்பம் பெறவேண்டும்; அந்தச் செயல் நிலவுலகில்தான்
நிகழவேண்டும். ஆதலின் நீ உலகில் பிறந்து, அந்த இருமங்கையரோடு
ஒன்றி இன்புற்று வாழ்ந்து, பின்பு இங்கே வருவாயாக" என்று பணித்தான்.

அதுகேட்ட ஆலால சுந்தரன் கைகளைக் கூப்பி "எம்பெருமானே,
தேவரீருடைய திருவடிக்கு அணுக்கத் தொண்டு புரியும் பேறு
அடியேனுக்குக் கிடைத்திருக் கிறது. இங்கிருந்து பிரிந்து உலகில் பிறவி
எடுத்தால் நான் மயக்கமுற்று வருந்துவேனே! அந்த மையல் மானிடப்
பிறவியிலே என்னை வந்து தடுத்தாட் கொண் டருள வேண்டும்" என்று
விண்ணப்பித்துக்கொண்டான். இறைவன் அப்படியே செய்வதாக
அருளினான்.

அன்று அங்கே நிகழ்ந்த இந்த அருட்செயலின் விளைவாக, மாதவம் செய்த
தென்றிசை வாழ்ந்திடவும், தீதிலாத் திருப்பதிகமாகிய தொண்டத்தொகை
தோன்றவும், ஆலால சுந்தரன் திருநாவலூரில் ஆதிசைவ குடும்பத்தில்
நம்பியாரூரராகத் தோன்றினான். கமலினி திருவா ரூரில் பரவை

நாச்சியாராகவும், அனிந்திதை திருவொற்றியூரில் சங்கிலி நாச்சியாராகவும்
தோன்றினர்.

வைதிகத் திருவும் மன்னவர் திருவும்

நடு நாட்டில் திருமுனைப்பாடி நாடு என்பது ஒரு பகுதி. அந்த நாட்டில்
திருநாவலூர் என்னும் ஊரில் மாதொரு பாகனார்க்கு வழிவழி அடிமை
செய்யும் ஆதிசைவர் குலத்தில் தோன்றிச் சிறப்புப் பெற்றார் சடையனார்
என்னும் பெரியார். அவருடைய மனைவியார் இசைஞானியார்.
இருவருக்கும் குழந்தையாகத் திருவவதாரம் செய்தார் ஆலால சுந்தரர்.
அவருக்கு ஆரூரன் என்று திருநாமம் இட்டு அன்புடன் வளர்த்து வந்தனர்.

குழந்தை இனிது வளர்ந்து வந்தது. திருக்கோவலூரில் இருந்து
திருமுனைப்பாடி நாட்டை ஆண்டுவந்த நரசிங்க முனையரையர் என்னும்
மன்னர், அடிக்கடி திருநாவலூர் வந்து இறைவனைத் தரிசித்துக்கொண்டு
செல்வார். ஆரூரர் பிள்ளைப் பிராய விளையாடல்களைப் பயின்று வந்தார்.
சிற்றில் சிதைத்தும் சிறு தேருருட்டியும் விளையாடினார். ஒருநாள்
தரிசனத்துக்கு வந்திருந்த நரசிங்க முனையரையர் இந்தக் குழந்தையைக்
கண்டார். அழகும் ஒளியும் மிக்க அந்தத் திருவுருவம் அவர் கண்ணையும்
கருத்தையும் ஈர்த்தது. அதுமுதல் அம்மன்னர் நாவலூர்
வரும்போதெல்லாம் ஆரூரரைக் கண்டு எடுத்துத் தழுவி முத்தமிட்டுச்
சீராட்டி இன்புறலானார். ஆரூரருக்கும் நரசிங்க முனையரையருக்கு
மிடையே அன்பு முதிர்ந்து வந்தது. மன்னருக்கு ஆரூரரைத் தம்முடனே
இருக்கச் செய்து பேணி வளர்த்துவர வேண்டுமென்ற ஆர்வம்
உண்டாயிற்று. தம்முடைய கருத்தை மெல்லச் சடையனாருக்கும்
இசைஞானியாருக்கும் தெரிவித்தார். மன்னருடைய பேரார்வத்தைக்
கண்டு அவர்கள் உடன் பட்டனர். உடனே நரசிங்க முனையரையர்,
அவரைத் தம் பிள்ளையாக ஏற்று அரசிளங்குமரனைப் போலவே வளர்த்து
வந்தார்.

அந்தணருக்கேற்ற பண்பும் அரசருக்கேற்ற செல்வத் திருக்கோலமும்
பெற்று ஆரூரர் நாளொரு மேனியும் பொழுதொரு வண்ணமுமாக
வளர்ந்தார். உரிய காலத்தில் அவருக்கு உபநயனம் செய்து கலைகளைக்

கற்பிக்கலானார் மன்னர். அரசருக்கு ஏற்ற ஆனையேற்றம் குதிரை
யேற்றங்களைப் பழகினார் ஆலால சுந்தரர். ஆதி சைவருக்கு ஏற்ப
மறையும் ஆகமமும் பிற கலைகளும் பயின்றார். அறிவிலே மிக்கு
விளங்கித் தம்மைப் பெற்றாருக்கும் வளர்த்தவருக்கும் வியப்பையும்
பெருமிதத்தையும் மகிழ்ச்சியையும் அளித்தார்.

அவருக்குத் திருமணம் செய்வதற்குரிய பருவம் வந்தது. சிறந்த குலப்
பெண் ஒருத்தியைத் தேர்ந்து மணம்புரிய வேண்டும் என்று சடையனார்
முயன்றார். அருகே உள்ள புத்தூர் என்ற ஊரில் சடங்கவி சிவாசாரியர் என்ற
ஆதி சைவருடைய திருமகளைத் தேர்ந்து, அவளைச் சுந்தரருக்குரிய
இல்லக் கிழத்தியாக ஏற்றுக் கொள்ள முடிவு செய்தார்.

நரசிங்க முனையரையர் இதனை அறிந்து மகிழ்ந்து அரசர் திருவுக்கு ஏற்ற
வகையில் திருமணத்தை நடத்த வேண்டுமென்று எண்ணி அதற்கு ஆவன
புரிந்தார். முகூர்த்த நாளைக் குறித்துத் திருமண ஓலையும் போக்கினார்கள்.

இந்தத் திருமணத்தைக் கண்டு களிப்பதற்காகப் பல ஊர்களிலிருந்து மக்கள்
திரண்டு வந்தனர். ஆடவரும் பெண்டிரும் வந்து மொய்த்தனர்.

தடுத்தாட் கொண்ட அருள்

திருமண நாள் வந்தது. ஆரூரர் திருமஞ்சனம் செய்து கொண்டு ஆடை
அணி அணிந்து திருமணக்கோலம் கொண்டார். யோகப் புரவியில்
ஏறிக்கொண்டு உறவினரும் பிறரும் சூழ மங்கல வாத்தியம் முழங்கத்
திருநாவலூரிலிருந்து பெண் உள்ள ஊராகிய புத்தூருக்கு வந்தார். இந்தத்
திருமண ஆரவாரத்தோடு பெருங் கூட்டம் புத்தூருக்கு வந்தமையால்
அன்று முதல் அவ்வூருக்கு மணம் வந்த புத்தூர் என்ற திருப்பெயர்
வழங்கலாயிற்று.

புத்தூரில் உள்ளவர்கள் மாப்பிள்ளை வருவதை அறிந்து ஊரெல்லாம்
அலங்கரித்திருந்தார்கள். நிறைகுடம், தூபம், தீபம், பாலிகைகள்
ஆகியவற்றை ஏந்தினார்கள். மலரையும் அறுகையும் சுண்ணத்தையும்
தூவினார்கள். பொரியை வீசினார்கள். சந்தனப் புனலைத் தெளித்தார்கள்.

இவ்வாறு அந்தணாளர்கள், திருமணக் கூட்டத்தை எதிர் கொள்ள
வந்தார்கள்.

சுந்தரர் மணப்பந்தருக்கு அருகில் வந்து இறங்கினார். அப்பொழுது
இறைவன் அப்பெருமானைத் தடுத்தாட் கொள்வதாக அருளிய செயலை
நிகழ்த்தப் புக்கான். அவன் ஒரு கிழவேதியராகக் கோலம் பூண்டு
எழுந்தருளி வந்தான். திருமணப் பந்தருக்குள் புகுந்த அம்முதியவர்,
"இங்குள்ள யாவரும் யான் சொல்லப் போவதைக் கேளுங்கள்' என்று
சொன்னார். அங்கிருந்த அந்தணர்களும் சுந்தரரும் அந்த முதியவரை
நோக்கி, "நும் வரவு நல்வரவாகுக! நீங்கள் சொல்ல வேண்டியதைச்
சொல்லுங்கள்" என்றனர்.

அந்த முதியவர் நாவலூர் நம்பியை நோக்கி, 'உனக்கும் நமக்குமிடையே
ஒரு வழக்கிருக்கிறது. அதை முடித்த பிறகே நீ திருமணம் செய்யப்
புகவேண்டும்" என்றார்.

"உமக்கு அப்படி ஒரு வழக்கு உண்டானால் அதை முடித்த பிறகே நான்
திருமணம் செய்துகொள்வேன்; சொல்லுங்கள்" என்றார் சுந்தரர்.

உடனே அந்தணர் சபையில் உள்ள அனைவரையும் நோக்கி,
"இந்நாவலாரூரன் என்னுடைய அடிமை" என்று சொன்னார். அது
கேட்டவர்கள், "இவர் எதற்காக இப்படிப் பேசுகிறார்?" என்று
யோசித்தனர். "இது என்ன புதிய வழக்காக இருக்கிறதே!" என்று சிரித்தனர்.
சுந்தரர், "இந்த அந்தணர் பேசுவது நன்றா யிருக்கிறது!" என்று கூறிச்
சிரித்தார்.

அதுகண்ட முதியவர் தம் உத்தரீயத்தைத் தோள்மேல் போட்டுக் கொண்டு
சுந்தரருக்கு முன் சென்று, "என்ன சிரிக்கிறாய்? இதோ பார்; உன்
தந்தைக்கும் தந்தை எனக்கு எழுதித் தந்த அடிமை யோலை இது. இந்தச்
செய்தியைக் கேட்டு நீ சிரிக்கிறாயே!" என்று வெகுளிக் குறிப்புடன்
கேட்டார்.

"அந்தணர் ஒருவர் வேறு அந்தணருக்கு அடிமை யாவது வழக்கம் இல்லையே! நீர் புதியதாகச் சொல்கிறீரே! இதுவரையில் கேளாத அதிசயம் உம்முடைய வாயாலே புதிதாகக் கேட்டோம். நீர் பித்தனோ?" என்றார் சுந்தரர்.

"நான் பித்தனாகட்டும்; அல்லது பேயனே ஆகட்டும். அதைப்பற்றிக் கவலை இல்லை. நீ என்னை எவ்வளவு இழிவாகப் பேசினாலும் நான் நாணம் அடைய மாட்டேன். என்னை உனக்குத் தெரியாவிட்டால், நின்று வித்தகம் பேசாதே; எனக்குப் பணி செய்யவேண்டும்; அது அடிமையின் கடமை."

சுந்தரருக்கு யோசனை படர்ந்தது; 'இவரைக் கண்டால் என் உள்ளம் அன்பு மீதூர உருகுகிறது. ஆனால் இவர் கூறும் பைத்தியக்கார வார்த்தையோ கோபத்தை எழச் செய்கிறது. அடிமை ஓலை இருக்கிற தென்கிறாரே; அதையும் பார்த்து விடுவோம்'
என்று எண்ணி, "எங்கே, அந்த ஓலையைக் காட்டும்" என்றார்.

அதைக் கேட்ட அந்தணர், "நீ ஓலையைப் பார்க்கும் தகுதி உடையவனவாயோ? சபைக்காரருக்குமுன் காட்டுவேன்! நீ ஆளாகப் பணி செய்யக் கடமைப் பட்டவன்" என்றார்.

அது கேட்ட ஆரூரருக்குக் கோபம் வந்து விட்டது. அவரிடம் இருந்த ஓலையைப் பறிப்பதற்கு அவரைத் தொடர்ந்தார். முதியவர் திருமணப் பந்தரிலே ஓட, அவரைப் பின்பற்றிச் சென்ற சுந்தரர் அவரிடமிருந்த இலையை வலியப்பற்றி வாங்கி, "அந்தணர் அடிமை யாவதாவது! இது என்ன முறை?' என்று சொல்லி அவ் வோலையைக்கிழித்து எறிந்தார். அதுகண்ட அவர், "இது என்ன அநியாயம்!" என்று முறையிட்டார்.

அருகில் இருந்தவர்கள் சுந்தரரை விலக்கி, முதியவரை நோக்கி, "நீர் சொல்லுகிற முறை உலகில் எங்கும் இல்லாத சம்பிரதாயமாக இருக்கிறதே! இதை வைத்துக் கொண்டு வழக்கிடும் நீர் யார்? எங்கே இருக்கிறீர்? சொல்லும்" என்றார்கள்.

"நான் இங்கே இருப்பவன்தான். இதோ அருகில் இருக்கிற வெண்ணெய் நல்லூர்தான் என் ஊர். அது இருக்கட்டும். வலிய என் கையிலுள்ள ஆவண ஒலையை வாங்கி இவன் கிழித்தானே; இதுவே இவன் உண்மையை மாற்றுவதற்காகச் செய்த காரியம் அல்லவா? இதிலிருந்தே இவன் அடிமை யென்பதைக் காட்டிவிட்டான்" என்று முதியவர் கூறினார்.

ஆரூரர், 'இவர் யாரோ பழைய மன்றாடி போல் இருக்கி றார்' என்று எண்ணினார். அவர் உள்ளத்தே அவரையும் அறியாமல் அன்பு பொங்கியது. "நீர் வெண்ணெய் நல்லூர்க்காரரானால் இந்த வழக்கை அந்த ஊரில் தீர்த்துக் கொள்ளலாம்; வாரும்" என்றார்.

"அப்படியே செய்யலாம். நீ வெண்ணெய் நல்லூருக்கு வந்தால், அவ்வூர்ச் சபையோரறிய நான்மறையோர் முன் என்னிடமுள்ள மூல ஒலையைக் காட்டி நீ அடிமை என்பதை நிறுவுவேன். நீ கிழித்தது படியோலைதான்" என்று சொல்லித் தடியை ஊன்றிக் கொண்டு புறப்பட்டார்.

அந்த மறையவர் பின்னே காந்தத்தைச் சார்ந்து இரும்பு செல்லுவதைப்போல ஆரூரர் சென்றார். சுற்றத் தினரும், "இது என்ன வியப்பா யிருக்கிறது!" என்று அவருடன் சென்றனர். யாவரும் வெண்ணெய் நல்லூரை அணுகி அங்குள்ள சபையை அடைந்தார்கள். அக்காலத்தில் ஊருக்கு ஊர் நல்லவர்களும் பெரியவர்களும் சேர்ந்த சபை ஒன்று இருக்கும். ஊருக்குப் பொதுவான காரியங்களை அச்சபையினர் கவனித்து நடத்துவார்கள். ஊரில் ஏதேனும் வழக்கு எழுந்ததானால் சபையினர் அதை விசாரித்து முடிவு செய்வார்கள்

வெண்ணெய் நல்லூர்ச் சபையில் இருந்த நான்மறை யோர் முன் நின்று முதிய அந்தணர், "இந்த நாவலாரூரன் என் அடிமை. அதற்குச் சான்றாக நான் காட்டிய ஒலையை இவன் கிழித்தெறிந்து விட்டான். இதோ வந்திருக்கிறான். இது என் முறைப்பாடு" என்றார்.

அவையிலிருந்த பெரியவர்கள் அதைக் கேட்டு, "என்ன ஐயா, புதிய வழக்கைச் சொல்கிறீரே. இந்த மாநிலத்தில் அந்தணர் அடிமையாதல் இல்லையே!" என்றனர்.

" இது பரம்பரையாக இசைந்து வந்த வழக்கம் அல்லவோ? இவன் கிழித்த ஓலை இவன் தந்தைக்குத் தந்தை எனக்கு எழுதிக் கொடுத்தது" என்றார்.

உடனே அவையினர் சுந்தரரை நோக்கி, "மனம் இசைந்து எழுதிய ஓலையை இவர் காட்டினாரானால், அதை வலிய வாங்கிக் கிழிப்பது வெற்றி யாகுமா? இந்தத் தளர்ந்த வேதியர் தம்முடைய வழக்கைச் சொன்னார். உம்முடைய எண்ணம் யாது?" என்று கேட்டனர்.

"எல்லா நூல்களையும் உணர்ந்த பெரியவர்களே நான் ஆதி சைவன் என்பதை நீங்கள் அறிவீர்கள். என்னைத் தமக்கு அடிமை என்று இவர் சாதிக்கிறார். இது மனத்தினால் அறிவதற்கரிய மாயையாக அல்லவா இருக் கிறது? நான் என்ன சொல்லட்டும்? எனக்கு இன்ன தென்றே விளங்கவில்லை" என்றார் சுந்தரர்.

அவையினர் அந்தணர் பெருமானை நோக்கி, "இவர் உம்முடைய அடிமை என்பதை எம்முன் சான்றுடன் நிறுவவேண்டும். ஆட்சியோ ஆவணமோ பிறர் கண்ட காட்சியோ இந்த மூன்றில் ஒன்று காட்டுவீராக" என்று கூற, அவர், "முன்னே இவன் கிழித்த ஓலை படியெடுத்த ஓலை; அதற்கு மூலமாகிய ஓலை என்னிடம் வைத்திருக்கின் றேன்" என்றார். "அப்படியானால் அதைக் காட்டுக என்று சபையினர் சொல்ல, "நான் காட்டுவேன்; ஆனால் இவன் வலிய அதனையும் பற்றிக் கிழித்தெறிந்துவிட்டால் நான் என் செய்வேன்!" என்று கூற, "அவ்வாறு செய்ய ஓட்டோம்" என்று அவையினர் உறுதி கூறவே, மறையவர் ஓலையை எடுத்துக் காட்டினார்.

அவையோரின் ஏவலின்படி அங்கிருந்த கரணத்தான் அதை வாங்கினான். பழையதாக இருந்த அதை விரித்து வாசிக்கலானான். "நாவலூரிலுள்ள ஆதிசைவ மறை யோன் ஆரூரனாகிய நான், பெரிய அந்தணராகிய வெண் ணெய்நல்லூர்ப் பித்தனுக்கு எழுதிக் கொடுத்த ஓலை யாவது: நானும் என்னுடைய மரபில் வருவோரும் இவ ருக்கு அடிமையாகித் தொண்டு புரியக் கடவேமாக! இதற்கு இவை என் எழுத்து" என்று ஓலையை வாசிக்கக் கேட்ட மறையவர்கள், மேலெழுத்திட்டவர்களின் பெய ரையும் கேட்டு, அவர்கள் அவ்வெழுத்துக்களைக் கண்டு. "அவை அவர்கள்

எழுத்தே" என்று ஒப்புக்கொண்டனர். பின்பு சுந்தரரைப் பார்த்து, "இந்தக் கையெழுத்து உங்கள் பாட்டனாருடைய எழுத்துத்தானா என்பதைத் தெளிவாகப் பார்த்து அறிந்து கொள்ளுங்கள்" என்றனர். அப்போது வழக்கிட வந்த பிரானார், "இவனுடைய பாட்டனார் எழுதிய வேறு ஓலைகள் உண்டானால் அவற்றைக் கொணர்ந்து இதனோடு நன்றாக ஒப்பு நோக்கிப் பார்த்துத் தெளியுங்கள்" என்றார்.

அவையினர் அப்படியே ஆவணக் களரியில் காப்பில் இருந்த ஓலைகளை எடுத்து வரச்செய்து ஒப்பு நோக்கிய பொழுது இரண்டும் ஒத்திருந்ததைக் கண்டார்கள். உடனே, "இனிப் பார்க்க வேண்டியது வேறு ஒன்றும் இல்லை. இந்த மறையவருக்கு நம்பியாரூரராகிய நீர் தோற்றீர். ஆகவே ஆவணத்தில் உள்ளபடி இவருக்கு ஏவல் செய்வது உம்முடைய கடமை" என்று அவையினர் தீர்ப்பு அளித்தார்கள்.

சுந்தரர், 'நீதிமுறை இதுவானால் நான் இதற்கு இசையமாட்டேன் என்று சொல்ல முடியுமோ?" என்று சொல்லி நின்றார்.

அப்போது அவையினர் முதுமறையவரை நோக்கி, "அந்தணர் பெருமானே, நீர் காட்டிய ஆவணத்தில் உமக்கு எங்கள் ஊர் என்று இருக்கிறதே! உம்முடைய வீடு இங்கே எங்கிருக்கிறது? எவ்வளவு காலமாக வாழ்கிறீர்?" என்று கேட்டனர்.

வழக்கில் வெற்றி பெற்ற புண்ணிய முனிவர், "என்னை ஒருவரும் அறிந்திலீரோ? அப்படியானால் என்னுடன் வாரும்" என்று கூறி, அவையிலுள்ள மறையவர்களும், நம்பி ஆரூரரும் பின் தொடந்து செல்ல, முன் நடந்தார். திரு வெண்ணெய் நல்லூரிலுள்ள திருக்கோயிலாகிய திருவருட் டுறைக்குள் புகுந்தவர் மறைந்தார். பின் வந்தவர்கள் அவரைக் காணாமல் திகைத்தனர்.

"பெரியவர் இந்தக் கோயிலில் புக்கது ஏன்?" என்று எண்ணிய சுந்தரர், தனியே திருவருட்டுறைக்குள் புகுந்து அழைக்க, இறைவன் இடபவாகனாருடனாய்த் தோன்றி, "நீ நம்முடைய தொண்டன். நம்முடைய ஏவலால உல கில் பிறந்தாய். நாம் வாக்களித்தபடி இங்கே

வந்து உன்னைத் தடுத்தாட் கொண்டோம்" என்று திருவாய் மலர்ந்
தருளினான்.

இதனைக் கேட்ட நம்பி ஆரூரர் தாய்ப்பசுவின் கனைப் பைக் கேட்ட
கன்றைப் போலக் கதறித் தலைமேல் கைகுவித்து ஆடினார்; பாடினார்;
"எம்பெருமான் என்னை வலிய ஆட்கொண்ட பேரருள் தான் என்னே!"
என்று விம்மினார். அப்போது இறைவன், "நீ என்னிடம் வன்மை யாகப்
பேசினமையின் உனக்கு வன்றொண்டன் என்னும் பெயர் அமைவதாகுக.
நமக்கு விருப்பமான அருச்சனை பாட்டே ஆகும்; ஆதலால் நீ தமிழ்ப்
பாக்களால் நம்மைப் பாடுக' என்று பணித்தான். சுந்தரர் தொழுதபடியே,
வேதியனாகி வந்து வழக்கினால் வென்று ஆட்கொண்ட ஆரமுதே,
குணப்பெருங்கடலே, உன்னிடம் எதை அறிந்து எப்படிப் பாடுவேன்!"
என்று உருகினார். இறை வன், "முன்பு நம்மைப் பித்தன் என்று
மொழிந்தாய் ஆதலின், பித்தென்றே எடுத்துப் பாடுவாயாக" என்று
அருளினான்.

அந்த அருளே துணையாக வன்றொண்டர், "பித்தா பிறை சூடி" என்று
எடுத்துத் தேவாரப் பதிகத்தைப் பாடலானார்.

திருத்தில்லைக் காட்சி

இறைவன் எல்லா உயிர்களுக்கும் தாயாக இருக்கிறான். அவ்வுயிர்கள்
வாழ வேண்டிய கருவிகளைப் படைத்திருக்கிறான். அவனை நாம்
மறந்தாலும் நம்மை அவன் மறப்பதில்லை. நமக்கு அவனிடம் அன்பு
இருக்கிறதோ இல்லையோ நம்பால் அவனுக்கு உள்ள அருளுக்கு அளவே
இல்லை. தாய்க்குக் குழந்தைகளிடத்தில் பெருங் கருணை இருக்கிறது.
ஆனால் குழந்தைகள் வளர்ந்த பிறகு அன்னையிடம் அன்புடையவர்களாக
இருப்பார்கள் என்று சொல்ல இயலாது. சில சமயங்களில் மிடுக்குடைய
மக்கள் தாயைப் புறக்கணிப்பதும் உண்டு. அப்பொழுதும் தாய்க்குப்
பிள்ளைப் பாசம் விடுவதில்லை. இதனை எண்ணியே, "பெற்ற மனம்
பித்து; பிள்ளை மனம் கல்லு" என்ற பழ மொழி எழுந்தது.

இறைவன் கருணையே வடிவானவன். அவனுடைய பேரருளுக்கு
இணையே இல்லை. மக்களுடைய நெஞ்சமோ கல்லாக இருக்கிறது.
அதனை அறிந்தும் இறைவன் உயிர்கள் வாழ வகை செய்துகொண்டே
இருக்கிறான். பிள்ளைகளின் மனம் கல்லாக இருந்தாலும்
இறைவனுடைய அருளுள்ளம் அவர்கள்பால் பித்துடையதாக இருக்கிறது.

இவற்றை யெல்லாம் எண்ணியே நாவலாரூரராகிய சுந்தரர் "பித்தா" என்று
திருப்பதிகத்தைத் தொடங்கினார்.

பித்தாபிறை சூடெபெரு மானே அரு ளாளா
எத்தான்மற வாதேநினைக் கின்றேன்மனத் துன்னை
வைத்தாய் பெண்ணைத் தென்பால் வெண்ணெய்
நல்லூரருட் டுறையுள்
அத்தாஉனக் காளாய்இனி அல்லேன்என லாமே!

இறைவனைப் பித்தா என்றார். அதனை விளக்குபவர் போலப் பிறை சூடி
என்றார். சந்திரன் தக்கயாகத்தில் இறைவனுடைய திருவடியால் தேய்க்கப்
பெற்றவன். காலடியில் பட்ட பொருளைத் தலையில் தூக்கிவைத்துக்
கொள்பவன் பித்தன் அல்லவா? ஆனால் பெருமான் தலைவன்;
பெரியவன். அப்படித் தலையில் எடுத்து அணிந்ததற்குக் காரணம்
அவனுடைய அருள்தான். அருளாளனாகிய அவன் இப்போது,"நான்
அடிமை அல்ல" என்று மறுத்தும் வலியத் தடுத்தாட் கொண்டான்.
இப்போது சுந்தரர் அவனை மறக்கவில்லை. முன்பு மறந்தார். இனி
எதனாலும் மறக்கமாட்டார்.

எத்தால்மற வாதேநினைக் கின்றேன்!
(எதனாலும் உன்னை மறவாமல் நினைக்கின்றேன்.)

சுந்தரர், "நினைக்கின்றேன்' என்று சொன்னவர் அப்படிச் சொல்வது தவறு
என்று எண்ணினார். உடனே. "நானாவது, நினைப்பதாவது! நான் நினைத்த
அழுகுதான் தெரிந்திருக்கிறதே! இறைவனே திருவருளாலே தன்னை என்
மனத்தில் நினைக்கும்படி வந்து இருந்தான். அவன் என் மனத்தில் தன்னை
வைத்து நினைக்கச் செய்வதனால் நினைக்கின்றேன். இல்லையானால்

அவனை நினைக்க வேண்டும் என்று எளியேனுக்குத் தோன்றுமோ, தோன்றாதோ?" என்ற எண்ணத்தினால், மனத்து உன்னை வைத்தாய் என்றார்.

திருவெண்ணெய் நல்லூர் பெண்ணையாற்றங் கரையில் இருப்பது. ஆலயத்துக்கு அருட்டுறை என்று பெயர்.

வெண்ணெய் நல்லூர் அருட்டுறையில் அத்தா.

இத்தகைய பெருமானுக்கு அநாதி காலமாக ஆளாக இருப்பவர் சுந்தரர். அந்த உறவை மாற்றி, பிணைப்பை மூறித்து, "நான் அடிமை அல்ல" என்று சொல்வது முறையா? அதுதானே பேதைமை? பைத்தியக்காரத்தனம்?

அத்தாஉனக் காளாய், இனி அல்லேன்என லாமே?

திருப்பதிகம் முழுவதையும் பாடியருளினார் சுந்தரர். அப்போது இறைவன் அசரீரியாக, "இப்படியே உலகில் பல வேறு தலங்களில் உள்ள நம் புகழைப் பாடுவாயாக!' என்று அருளிச் செய்தான். சுந்தரர் திருநாவலூர் சென்று எம்பெருமானை வணங்கித் திருப்பதிகம் பாடினார்.

சுந்தரரை மணக்க இருந்த பெண், பின்பு கன்னியாகவே இருந்து அவரையே தியானம் செய்து வாழ்ந்து சிவலோக பதவியை அடைந்தாள்.

இறைவன் புகழ்பாடும் கடமையை மேற்கொண்ட சுந்தரர், திருத்துறையூர் சென்று பதிகம் பாடி அப்பால் வேறு சில தலங்களை வழிபட்டார். தில்லை சென்று நடம் புரியும் பெருமானை வணங்க வேண்டும் என்ற ஆர்வம் அவர்பால் எழுந்தது. பெண்ணை-யாற்றைக் கடந்து திருவதிகைப் புறத்தே அணைந்தார். உழவாரப் படையாளியாகிய திருநாவுக்கரசர் பலகாலம் வாழ்ந்து திருத்தொண்டு புரிந்த அத் திருப்பதியைத் தம் காலால் மிதிக்கக் கூடாது என்று அருகிலுள்ள சித்தவடமடம் என்ற இடம் சென்று திருவதிகைப் பெருமானை எண்ணியபடியே படுத்திருந்தார். அப்போது சிவபெருமான் ஒரு முதிய வேதியராக எழுந்தருளிச் சுந்தரர் தங்கிய மடத்துக்குட் புகுந்து பள்ளி கொண்டான். சுந்தரர் தலையின்மேல் தன்

திருவடி படும்படி படுத்திருந்தான். அப்போது சுந்தரர்,"ஐயா, உம்முடைய அடியை என் தலையில் வைக்கிறீரே!" என்று சொன்னார். பெருமான், "திசையறியாத மயக்கம் என்னுடைய முதுமைப் பிராயத்தால் வந்துவிட்டது" என்று சொன்னான். உடனே சுந்தரர் வேறு பக்கமாகத் தலையை வைத்துப் படுத்தார். அப்போதும் அம்மறையவன் தலையின்மேல் கால் படும்படி படுத்திருக்கச் சுந்தரர், "இது என்ன? நான் எப்படிப் படுத்தாலும் என் தலைமேல் காலை வைக்கிறீரே! நீர் யார்?" என்று கேட்டார். அப்போது இறைவன் "என்னை நீ அறிந்திலையோ!" என்று சொல்லி மறைந் தருளினான்.

வந்த மறையவர் இறைவனே என்று அறிந்து மனம் உருகினார் ஆரூரர். உடனே திருவீரட்டாளப் பெருமானை, "தம்மானை அறியாத சாதியார் உளரே" என்று தொடங்கி ஒரு திருப்பதிகம் பாடினார்.

பிறகு கெடில நதியில் நீராடி திருமாணிகுழியைத் தரிசித்துக்கொண்டு, திருத்தினைநகர் சென்று வழிபட்டுத் திருப்பதிகம் பாடித் திருத்தில்லை நோக்கிச் சென்றார். இசைக் கருவிகளின் கீத ஒலியும் வேத ஒலியும் இடையறாது ஒலிக்கும் தில்லையின் மருங்கே அணைந்தார். அப்பெரும்பதியின் எல்லையை வணங்கி வடக்குத் திருவாயிலின் வழியே உள்ளே புகுந்தார். அவருடைய வருகையை அறிந்த தில்லைவாழ் அந்தணர்கள் அவரை எதிர்கொண்டு பணிந்து அழைத்துச் சென்றனர். சுந்தரரும் அவர்களைப் பணிந்து அம்பலவாணனை வணங்கும் பெருவிருப்பத்தோடு திருவீதியிலே புகுந்தார். வீதிவலம் வந்து திருக்கோயிலுள் புக்குத் திருச்சிற்றம்பலத்தை அடைந்து நடராசப் பெருமானை வணங்கினார்.

அப்போது அவர் அடைந்த பேரின்பத்தை என்ன வென்று சொல்வது! அவருடைய ஏனைய புலன்கள் உணர் விழந்து போகக் கண்கள் மட்டும் ஆடும்பெருமான் திருக் கோலத்தில் ஒன்றிவிட்டன. அந்தக்கரணங்கள் நான்கினுள் ஏனையவை ஒடுங்கி நிற்க, சித்தம் ஒன்றுமட்டும் எம்பெருமான் தியானத்தில் தனிநின்று ஒன்றியது. சத்துவகுணம் மேலோங்கி நிற்க, மற்றவை அடங்கின. இந்த நிலையில் நின்றார் அவர். இறைவன் திருக்கூத்துத் தரிசனம் அவருக்குக் கண்ணின் வழியே

பேரானந்தக் கடலைப் புகுத்தியது. இந்த நிலையைச் சேக்கிழார் பெருமான் மிக அருமையாகப் பாடுகிறார்.

"ஐந்துபேர் அறிவும் கண்களே கொள்ள
    அளப்பரும் கரணங்கள் நான்கும்
சிந்தையே ஆகக் குணம் ஒரு மூன்றும்
    திருந்துசாத் துவிகமே ஆக
இந்துவாழ் சடையான் ஆடும்ஆனந்த
    எல்லையில் தனிப்பெருங் கூத்தின்
வந்தபே ரின்ப வெள்ளத்துள் திளைத்து
    மாறிலா மகிழ்ச்சியின் மலர்ந்தார்."

"இந்தத் திவ்யதரிசனம் பெறக்கிடைத்த இப்பிறவியே தூய பிறப்பு" என்று சுந்தரர் உருகினார். திருப்பதிகம் பாடினார். அப்போது வானில், "ஆரூருக்கு வருவாயாக" என்று ஒர் ஒலி எழுந்தது.

திருமணமும் தொண்டத்தொகை உதயமும

"திருவாரூருக்கு வருக" என்ற ஒலியைக் கேட்டு இறைவனை இறைஞ்சித் தில்லையை விட்டுப் புறப்பட்டார் சுந்தரர். தென்றிசை வாயில் வழியே புறம்போந்து கொள்ளிட நதியைக் கடந்து சீகாழியை அணுகினார். அது திருஞான சம்பந்தப் பெருமான் திருவவதாரம் செய்த தலமாதலின், அதனுள்ளே மிதிக்கக் கூடாது என்று புறத்தே நின்று வணங்கினார். அப்போது பிரமபுரீசர் அவருக்குக் காட்சி கொடுத்தருளினார். அங்கே திருப்பதிகம் பாடித் திருக்கோலக்கா, திருப்புன்கூர், மயிலாடுதுறை, அம்பர் மாகாளம், திருப்புகலூர் முதலிய தலங்களை யெல்லாம் தரிசித்துக் கொண்டு திருவாரூரை அடைந்தார்.

"நாம் அழைக்க நம்பி ஆரூரன் இங்கே வருகின்றான். அவனை எதிர்கொள்வீர்களாக" என்று திருவாரூரிலுள்ளாருக்கு எம்பெருமான் கனவில் அறிவித்தருளினான். "சிவ பெருமானுடைய அருள்பெற்ற ஆரூரர் நமக்குத் தலைவர்" என்ற அன்பு மீதூர, அவரை வரவேற்பதற்கு ஏற்ற வகையில் அவ்வூரினர் நகரை அலங்கரிக்கலாயினர். மாளிகைகளிலும்

மண்டபங்களிலும் பெருங் கொடிகளை நாட்டினர். தோரணங்களைக்
கட்டினர். கமுகும் வாழையும் நட்டனர். நிறை குடமும் விளக்குகளும்
வைத்தனர். திண்ணைகளை மெழுகிச் சுண்ணமும் முத்தும் பரப்பிக்
கோலம் இழைத்து மாலைகளை வரிசை வரிசையாகத் தொங்க விட்டனர்.
அங்கங்கே பந்தர்களை அமைத்தனர். வீதிகளில் பனிநீர் தெளித்தனர்.

மங்கலக் கருவிகள் முழங்கப் பாடல்கள் ஒலிக்க அணங்கினர் நடம்பயில
எங்கும் ஒரே மகிழ்ச்சி ஆரவாரம் மிக்கது. அடியார்கள் குழூமித் திரண்டு
நகரத்தின் வாயிலில் நாவலாரூரரை எதிர்நோக்கி நின்றிருந்தார்கள்.

சுந்தரமூர்த்தி நாயனார் வந்தவுடன் அவரை யாவரும் வணங்க, அவர்
அஞ்சலி கூப்பித் திருவீதியூடே செல்ல லானார். போகும்போது, "எந்தை
இருப்பதும் ஆரூர் அவர் எம்மையும் ஆள்வரோகேளீர் எனவரும்
திருப்பதிகத்தைப் பாடினார். திருக்கோயில் சென்று திருவாயிலில்
வணங்கிப் புகுந்து புற்றிடங் கொண்ட பெருமான் சந்நிதியிலே சென்று
வழிபட்டார். அவருடைய உள்ளம் இன்பத்தால் நிறைந்து பொங்கியது.
திருப்பதிகம் பாடினார். அப்போது வானில் ஒரொலி எழுந்தது. 'நாம்
உனக்குத் தோழுரானோம். நீ நாம் தடுத்தாட்கொண்ட போது கொண்டிருந்த
திருமணக் கோலத்தைப் புனைந்து எப்போதும் மகிழ்ச்சி யோடு
இருப்பாயாக" என்று இறைவன் அருளிச் செய்தான். அதனைக் கேட்ட
வன்றொண்டர், "எம்பெருமானே! உன் கருணை இருந்தவாறு என்னே!"
என்று உருகிப் பல முறை வணங்கிப் பின்பு வீதிவிடங்கராகிய தியாகராசர்
சந்நிதி சென்று வணங்கினார். அதுமுதல் திருவாரூரே பதியாக
வாழலானார். அவருக்குத் தம்பிரான் தோழர் என்ற புதிய பெயரும்
அமைந்தது.

இந்தத் திருவவதாரத்துக்கு முன்புள்ள மூலமூர்த்திக் குரிய திருநாமம்
ஆலால சுந்தர்; அதனைக் கருதியே சுந்தர், சுந்தரமூர்த்தி என்று
அப்பெருமானை வழங்கினர். தாய் தந்தையர் வைத்த பிள்ளைத் திருநாமம்
ஆரூரர் என்பது. திருநாவலூரில் பிறந்தமையால் நாவல் ஆரூரர் என்றும்,
நாவலர் கோமான் என்றும், ஆதிசைவராதலின் நம்பியாரூரர் என்றும்
பெயர் பெற்ற இவர், தம்மை ஊரன் என்றும் சொல்லிக் கொள்வார்.

இறைவன் அளித்த வன்றொண்டர், தம்பிரான் தோழர் என்ற
திருநாமங்களும் இவருக்கு அமைந்தன.

நாள்தோறும் சுந்தரமூர்த்தியார் இறைவன் திருக் கோயில் சென்று புற்றிடங்
கொண்டாரை வழிபட்டு அவ்வப்போது தமிழ் மாலைகள் சாத்தி வந்தார்.

திருக்கயிலாயத்தில் இருந்த கமலினி என்னும் அணங்கு, திருவாரூரில்
பதியிலாராகிய உருத்திர கணிகையர் குலத்தில் பிறந்து பரவையார்
என்னும் நாமம் பெற்று வளர்ந்து வந்தார். எம்பெருமானுடைய
திருக்கோயில் தொண்டு செய்துகொண்டு சிவபக்தியிற் சிறந்து
விளங்கினார்.

ஒருநாள் சுந்தரர் அப் பெருமாட்டியைத் திருக்கோயிலிற் கண்டார்.
அவருடைய அழகு நாயனாருடைய உள்ளத்தை ஈர்த்தது. இறைவனிடம்
ஈடுபட்ட தம் உள்ளத்தை இழுக்கும் அம்மட மங்கையார் இறைவன்
திருவருளால்தான் தம் பார்வைக்கு இலக்கானார் என்று அவர் நினைத்தார்.
அப்படியே, யாரையும் ஏறிட்டுப் பாராத பண்புடைய பரவையாரும்
சுந்தரரைக் கண்டு அவர் மேல் மனம் போக்கினார்.

இதனை உணர்ந்த சிவபெருமான் திருவாரூரில் உள்ள அடியவர்களது
கனவில் தோன்றி, "சுந்தரனுக்கும் பரவைக்கும் திருமணம் செய்து
வையுங்கள்" என்று அருளினான். அவர்கள் அவ்வாறே மிகச் சிறப்பாகத்
திருமணத்தை நடத்தி வைத்தார்கள்.

அது முதல் சுந்தரர் தம் வாழ்க்கைத் துணையாகிய பரவையாருடன் ஒன்றி,
அறமும் அடியார் வழிபாடும் சிவநெறி படரும் யோகமும் இணைந்து
நடத்துவாராயினார்.

ஒருநாள் திருக்கோயிலுக்குள்ளே சுந்தரர் புகுந்தார். திருத்தொண்டர்கள்
குழுமியிருக்கும் தேவாசிரயன் என்னும் மண்டபத்தைக் கடந்து
செல்லும்போது, "இந்தப் பெரியவர்களுக்கு அடியனாகும் பேறு எப்போது
கிடைக்குமோ!" என்ற எண்ணம் உதயமாயிற்று. இறைவன் திரு
முன்சென்று வணங்கினார். அப்போது இறைவன் அடியார்களுடைய

நிலைகளை அவர் உணரும்படி அருளினான். பின்பு, "நீ தொண்டர்களைப் பாடுவாயாக" என்று பணித்தான். அப்போது தம்பிரான் தோழர், 'எம்பெருமானே, இன்ன வாறு பாடவேண்டு மென்னும் நெறியறியாத எளியேனுக்குப் பாடும் பரிசை அருளவேண்டும்" என்று வேண்ட, இறைவன், "தில்லை வாழந்தணர்தம் அடியார்க்கும் அடியேன்" என்று திருப்பதிகத்தின் முதலை எடுத்துக் கொடுத் தருளினான். அது கேட்டு மகிழ்ந்து இறைவனை வணங்கித் தேவாசிரயனை அடைந்து, அங்குள்ள தொண்டர்களைத் தூரத்திருந்து தொழுது, அருகு சென்று எம்பெருமான் எடுத்துக் கொடுத்ததை முதலாக வைத்துத் திருத் தொண்டத் தொகை என்னும் திருப்பதிகத்தை அருளினார். அதைப் பாடி மீட்டும் அடியார்களை வணங்கினார்.

அப்போது அவர் பாடிய திருத்தொண்டத் தொகையே பின்பு சேக்கிழார் பெரிய புராணம் பாடுவதற்கு வித்தாக அமைந்தது. இதனைச் சேக்கிழார் பெரிய புராணத்தில் சொல்கிறார்.

"உம்பர் நாயகர் அடியார் பேருவகை தாம்எய்த
நம்பியா ரூரர்திருக் கூட்டத்தின் நடுவணைந்தார்;
தம்பிரான் தோழரவர் தாம்மொழிந்த தமிழ்முறையே
எம்பிரான் தமர்கள் திருத் தொண்டேத்த லுறுகின்றேன்."

நெல்லும் பொன்னும்

சுந்தரமூர்த்தி நாயனார் திருவாரூரில் இருந்து எம்பெருமானை வழிபட்டு இனிது வாழ்ந்திருந்தார். குண்டையூர் என்னும் ஊரில் இருந்த வேளாளர் ஒருவர் அவருக்கு வேண்டிய நெல், பருப்பு, வெல்லம் முதலியவற்றைப் பரவையார் திருமாளிகையிற் கொண்டு வந்து சேர்த்து வந்தார். அம்மாளிகையில் இடையறாமல் தொண்டர் கூட்டத்துக்கு விருந்தளித்து வழிபடும் அறம் நடந்து கொண்டே இருந்தது.

மழையின்மையால் நிலத்தில் விளைவு குன்றவே, போதிய அளவு நெல் முதலியவற்றைப் பரவையார் திருமாளிகைக்கு அனுப்ப முடியாத நிலை வந்தது. அதை நினைந்து வருந்திய குண்டையூர் கிழார் துயிலும்போது,

அவர் கனவில் இறைவன் எழுந்தருளி, "ஆரூரனுக்காக உன்பால் நெல் தந்தோம்" என்று கூறி மறைந்தான். விடிந்தவுடன் அவர் எழுந்து பார்க்கும்போது தம்முடைய வீட்டைச் சுற்றிலும் ஊர் முழுதும் நெல் மலைபோலக் குவிந்திருப்பதைக் கண்டார். சுந்தரமூர்த்தி நாயனாரின் பெருமையை எண்ணி வியந்தார். அத்தனை நெல்லையும் திருவாரூருக்குக் கொண்டுபோய்ச் சேர்க்கக் கணக்கற்ற ஆட்கள் வேண்டுமே! என் செய்வது?

குண்டையூர் கிழார் திருவாரூர் சென்று நம்பியா ரூரரிடம் நெல்மலை குவிந்துள்ள செய்தியைச் சொல்லி, அவற்றை எடுத்துவரப் போதிய ஆள் இன்மையையும் சொன்னார். சுந்தரர் குண்டையூர் சென்று நெற்குவியல்களைக் கண்டு, "இறைவன் உம்முடைய வேண்டுகோளுக்காகவே வழங்கி யிருக்கிறான்" என்று குண்டையூர் கிழாரைப் பாராட்டினார். அப்பால் ஒரு திருப்பதிகம் பாடி, "இறைவனே, இந்த நெல்லைத் திருவாரூருக்கு எடுத்துச் செல்ல ஆள் இல்லை; எப்படியாவது இதனை அங்கே சேர்ப் பித்தருள வேண்டும்" என்று வேண்டினார்.

அன்று இரவே பூதகணங்களை அனுப்பி அந்த நெல் முழுவதையும் திருவாரூருக்குக் கொண்டு சேர்க்கச் செய்தான் எம்பெருமான். காலையில் எழுந்து பார்க்கும் போது பரவையார் திருமாளிகை முன்றிலில் நெல் மலை குவிந்திருந்தது. வீதியெல்லாம் நெற்குவியல். ஊர் முழுதும் நெற்குன்றங்கள். இறைவன் திருவருட் பெருமையைச் சிந்தித்து வந்தித்த பரவையார், தம்முடைய வீட்டில் நிரம்பு மளவுக்கு நெல்லைச் சேமித்தார். அங்கங்கே இருந்த நெல்லை அருகிலுள்ள வீட்டுக்காரர்கள் எடுத்துக் கொள்ளலாம் என்று முரசறையச் செய்தார். இந்த அருட்செயலால் ஆரூரில் உள்ளார் அனைவரும் பயன் பெற்றார்கள்.

ஒரு நாள் சுந்தரர் திருநாட்டியத்தான் குடி என்ற தலத்தை அடைந்தார். அங்கே சோழனுடைய சேனாபதியாகிய கோட்புலி நாயனார் வாழ்ந்து வந்தார். அவர் சுந்தரரை எதிர் கொண்டழைக்க, அவர் திருமாளிகைக்குச் சென்றார். கோட்புலியார் சுந்தரருக்குச் சிறப்பு செய்து வழிபட்டார். தம்முடைய பெண்களாகிய சிங்கடி, வனப் பகை என்னும் இருவரையும் அவர் திருவடியில் விழச் செய்து, 'இவர்களை அடிமைகளாக ஏற்றருள

வேண்டும்' என்று வேண்டினார். நம்பியாரூரர், "இவர்கள் என்
புதல்வியராகி விட்டார்கள்" என்று சொல்லி அவர்களை உச்சி மோந்து
அன்பு செய்தார். இறைவன் திருக்கோயில் சென்று பதிகம் பாடி அதில்
தம்மைச் சிங்கடியப்பன் என்று சொல்லிக் கொண்டார்.

திருவாரூரில் இருந்தபோது, பங்குனி உத்தரத் திருவிழா நெருங்கியது. பல
ஊர்களிலிருந்து சிவனடியார்கள் வந்து கூடும் விழா அது. பரவையார்
மாளிகையில் ஆயிரக்கணக்கான அடியவர்களுக்கு அமுதூட்டி
உபசரிப்பார்கள். அதற்குப் பொன் வேண்டும் என்ற எண்ணத்தோடு சுந்தரர்
திருப்புகலூரை அடைந்தார். இறைவனை வழிபட்டுத் திருக்கோயிலில்
அமர்ந்திருந்தபோது சற்றே அயர்ச்சியாக இருந்தமையால்,
திருப்பணிக்காக வந்திருந்த செங்கற்களை எடுத்துத் தலைக்கு உயரமாக
வைத்து உத்த ரீயத்தை விரித்துப் படுத்துத் துயின்றார். துயில் நீங்கி எழுந்து
பார்க்கையில் தலைமாட்டில் இருந்த அத்தனை செங் கற்களும்
பொன்கற்களாக மாறியிருப்பதைக் கண்டு சிவ பெருமான் திருவருளை
வாழ்த்தினார். "தம்மையே புகழ்ந்து" என்ற திருப்பதிகம் பாடிப்
போற்றினார். அந்தப் பொற் குவையை ஆரூருக்குக் கொண்டு போய்ச்
சேர்ப்பித்தார். பங்குனி உத்தரவிழா மிகச் சிறப்பாக நடைபெற்றது.

பிறகு நம்பியாரூரர் பல தலங்களை வழிபட்டுப் பதிகம் பாடித் திருவாலம்
பொழில் என்ற திருப்பதியில் வந்து தங்கினார். அப்போது கனவில்
எம்பெருமான் எழுந்தருளி, "மழபாடிக்கு வர மறந்தனையோ?" என்று
கேட்டான். துயிலுணர்ந்த நாயனார் இறைவன் அருட்கட்டளையை ஏற்றுத்
திருமழபாடி சென்று, அங்குள்ள வச்சிரத் தம்பேசு வரரை வணங்கிப்
பதிகம் பாடினார்.

அப்பால் வேறு சில தலங்களுக்குச் சென்று பணிந்து
திருப்பாச்சிலாச்சிராமத்தை அடைந்தார். இறைவனை வணங்கித் தமக்குப்
பொருள்வேண்டும் என்பதைக் குறிப் பிக்க, பெருமான் ஒன்றும்
வழங்காமல் இருந்தான். அது கண்டு, தம்பிரான் தோழர் என்ற
நட்புரிமையை மேற் கொண்டு, "இவரலாது இல்லையோ பிரானார்?"
என்று கேட்டு ஒரு திருப்பதிகம் பாடினார். இறைவன் விழுநிதிக்குவை
அளித்தருளவே, சில நாட்கள் அப்பதியில் தங்கினார்.

அவ்வூரை விட்டு அவர் சிவத்தலங்கள் பலவற்றிற்குச் சென்று வழிபட்டுக் கூடலையாற்றூர் என்ற தலத்தை நோக்கிச் சென்று கொண்டிருந்தார்.அப்போது இறைவன் ஓர் அந்தணர் வடிவங்கொண்டு அங்கே வந்தான். அவ் வந்தணரை நோக்கி, "திருமுது குன்றத்துக்குப் போகும் வழியாது?" என்று ஆளுடைய நம்பி கேட்க, கூடலை யாற்றூர் போக இதுதான் வழி" என்று கூறிச் சிறிது தூரம் தொடர்ந்து மறைந்தார். இறைவன் அருட்பெருக்கை எண்ணி உருகிய சுந்தரர், "வடிவுடை மழி வேந்தி" என்று தொடங்கி, கூடலையாற்றூர்ப் பெருமானைத் துதித்து, "அடிகள் இவ்வழி போந்த அதிசயம் அறியேனே!" என்று பாடினார். பின்பு கூடலையாற்றூர் சென்று இறைவனை வணங்கி அங்கிருந்து திருமுது குன்றத்தை அடைந்தார்.

திருக்கோபுரத்தைக் கண்டு பணிந்து எழுந்து கோயிலினுள்ளே புக்கு இறைஞ்சி, பழமலை நாதரைப் பதிகம்பாடிப் பரவினார். பொருள் வேட்கையோடு பின்னும் வணங்கி, "மெய்யை முற்றப் பொடி பூசியோர் நம்பி" என்ற பதிகத்தைப் பாடினார். இறைவன் திருவுள்ளம் மகிழ்ந்து பன்னிரண்டாயிரம் பொன் அருளினான். அதனைப் பெற்று மகிழ்ந்த நாயனார் இறைவனிடம், "எம்பெருமானே, இவற்றை நான் எங்ஙனம் எடுத்துச் செல்வேன்? இப்பொன் முழுதும் ஆரூருக்கு வரும்படி அருள் செய்ய வேண்டும்" என்று விண்ணப்பித்துக் கொண்டார். அப்போது இறைவன் அசரீரியாக, "இந்தப் பொன்னை இங்குள்ள திருமணி முத்தாற்றில் இட்டுவிடு; திருவாரூர் சென்று அங்குள்ள குளத்தில் எடுத்துக் கொள்ளலாம்" என்று பணித்தான். தம்பிரான் தோழர் அந்தப் பொன்னில் ஒரு பகுதியை மச்சமாக வெட்டி எடுத்துக்கொண்டு எஞ்சியதை மணிமுத்தாற்றில் இட்டு விட்டுப் புறப் பட்டார்.

அங்கிருந்து தில்லை சென்று நடராசப் பெருமானை வணங்கிப் பேரானந்த வெள்ளத்தில் ஆழ்ந்தார். வழியிலுள்ள தலங்களைப் பணிந்து திருவாரூரை நண்ணினார். இறைவனைத் தரிசித்துக் கொண்டு பரவையார் திருமாளிகையைச் சார்ந்தார்.

ஒருநாள் பரவையாரிடம், "திருமுதுகுன்றத்து எம் பெருமான் நமக்குப்
பெருநிதியம் அளித்தருளினான். அதை மணிமுத்தாற்றில் இட்டு இவ்வூர்க்
குளத்திலே எடுத்துக் கொள்ளும்படி பணித்தான். அவ்வாறே
பன்னிரண்டாயிரம் பொன்னையும் ஆற்றிலிட்டு வந்தேன். இன்று போய்க்
கமலாலயத் திருக்குளத்தில் எடுத்துக் கொண்டு வரலாம், வா என்று கூறி
அழைத்தார். அதைக் கேட்ட பரவையார், "இது என்ன அதிசயம்?
இப்படியும் ஒருவர் செய்வாரா?" என்று புன்முறுவல் பூக்க, "எம்பிரான்
அருளால் ஆற்றிலிட்ட பொன்னைக் குளத்தில் எடுத்து நிச்சயமாகத்
தருவேன்" என்று உறுதி கூறி, அப் பெருமாட்டியாரை அழைத்துக்
கொண்டு திருக்கோயில் சென்று இறைவனை வணங்கித்
திருக்குளக்கரையை அடைந்தார். குளத்தில் இறங்கி முன்பு இட்ட
பொருளைத் தேடுபவரைப் போலக் காலால் துழாவத் தொடங்கினார்.

இறைவன் அவருடைய பாட்டுக்கு ஆசைப்பட்டுப் பொன்னை அங்கே
காட்டாமல் இருந்தான். கரையில் நின்ற பரவையார், "நீங்கள் செய்த
காரியம் நன்றாயிருக்கிறது! ஆற்றிலிட்டுக் குளத்தில் தேடினால்
கிடைக்குமா?" என்று முறுவலுடன் மொழிந்தார். அதனைப் பொறாத
சுந்தரர், "சுவாமி, இந்தப் பரவைக்கு முன் என் மானத்தை வாங்குகிறீரே!
என் அவமானம் தீரப் பொன்னைத் தந்தருள வேண்டும்" என்று ஒரு
திருப்பதிகத்தைப் பாடினார்.

பொன்செய்த மேனியினீர்,
    புலித் தோலை அரைக்கசைத்தீர்,
முன்செய்த மூவெயிலும்
    எரித் தீர்முது குன்றமர்ந்தீர்,
மின்செய்த நுண்ணிடையாள்
    பரவையிவள் தன்முகப்பே
என்செய்த வாறடிகேள்
    அடி யேன் இட்ட எங்கெடவே!

என்பது அப்பதிகத்தின் முதற் பாட்டு. எட்டுப் பாட்டுக்கள் பாடியும் பொன்
தட்டுப்படவில்லை. அதனால் மனம் வருந்திய சுந்தரர்,

ஏத்தா திருந்தறியேன்
    இமை யோர்தனி நாயகனே,
மூத்தா யுலகுக்கெல்லாம்
    முது குன்றம் அமர்ந்தவனே,
பூத்தா ருங்குழலாள்
    பர வையிவள் தன்முகப்பே
கூத்தா தந்தருளாய்
    கொடி யேனிட்ட எம்கெடவே

என்ற ஒன்பதாம் பாட்டைப் பாடியவுடன் அவருக்குப் பொன்
தட்டுப்பட்டது. அதை எடுத்துக் கரைக்குக் கொண்டு வந்தார். அங்கே
இருந்தவர் யாவரும் அதிசயித்தார்கள். பொன்னை உரைத்துப்
பார்த்தபோது, இறைவன் மறுபடியும் அவர் பாட்டை விரும்பிச் சற்றே
மாற்றுத் தாழும்படி காட்டுவித்தான். சுந்தரர் மறுபடியும் இறைவனை
வழுத்த, அவருடைய பாட்டை உவந்து ஆனந்தக் கூத்தையும் உவந்த
பெருமான் தக்க மாற்றுடைய பொன்னாக்கிக் காட்டினான். அதனைக்
கணக்கிட்டு நிறை குறையாமல் இருப்பதைக் கண்டு மனங் குளிர்ந்தார்
நாவலாரூரர். பொன்னைத் திருமாளிகைக்குக் கொண்டு சென்றனர்.
பரவையாருடன் இறைவனைத் தொழுது உருகினார்.

சோறு அளித்த கருணை

சுந்தரமூர்த்தி நாயனார் திருவாரூரில் இருந்தபடியே சுற்றிலுமுள்ள பல
தலங்களுக்குச் சென்று சிவபெருமானை வழிபட்டு வந்தார். திருநள்ளாறு,
திருக்கடவூர் வீரட் டம், திருக்கடவூர் மயானம், திருவலம்புரம், திருச்சாய்க்
காடு, திருவெண்காடு, திருநனிபள்ளி, திருச்செம்பொன் பள்ளி,
திருநின்றியூர் ஆகிய தலங்களுக்குச் சென்று தரிசித்தார்.
திருநின்றியூரிலிருந்து புறப்பட்டுச் சீகாழியை நோக்கிச் செல்பவர்,
இடையில் உள்ள நீடுரைப் பணியாமல் போனார். இடையிலே
அப்பதியின் நினைவு எழவே, மீண்டு அத் தலத்தை நாடிச் சென்றார்.
இறைவனைப் பணிந்து, "நீடூரில் எழுந்தருளி யிருக்கும் பரமனைப்
பணியாமல் விடலாமா? என்ற வினா, ஒவ்வொரு பாடலிலும் அமைந்த
திருப்பதிகத்தைப் பாடினார். அதன் முதற் பாசுரம் வருமாறு.

ஊர்வ தோர்விடை ஒன்றுடை யானை
 ஒண்ணு தல்தனிக் கண்ணுத லானைக்
கார தார்கறை மாமிடற் றானைக்
 கருத லார்புரம் மூன்றெரித் தானை
நீரில் வாளை வரால்குதி கொள்ளும்
 நிறைபுனற்கழ னிச்செல்வம் நீடூர்ப்
பாரு ளார்பர வித்தொழ நின்ற
 யரம னைப்பணி யாவிட லாமே?

திருநீடூரினின்றும் புறப்பட்டுச் சில தலங்களைப் பணிந்து, சீகாழியை
வலமாக வந்து இறைஞ்சித் திருக்குருகாவூர் என்னும் பதியை அடையச்
சென்றார். அப்போது அவருக்குப் பசியும் தாகமும் மிகுதியாக இருந்தன.
அதனை உணர்ந்த இறைவன் அவர் வரும் வழியில் தண்ணீரும்
பொதிசோறும் கொண்டு சென்றான். ஒருபால் குளிர்ந்த பந்தலை
அமைத்து, ஒரு வேதியரைப் போன்ற திருக்கோலத்தை மேற்கொண்டு
அங்கே தங்கி யிருந்தான்.

திருக்குருகாவூர் இறைவன் இவ்வாறு சுந்தரர் வரவு பார்த்து இருக்க,
தம்பிரான் தோழர் பல தொண்டர்களுடன் அவ்வழியே வந்தவர், அந்தப்
பந்தருக்குள் நுழைந்து ஆர்வத்துடன் அங்கிருந்த வேதியருடன் பேசினார்.
அப்போது வேதியராக வந்திருந்த இறைவன். "நீங்கள் மிகவும்
பசித்திருக்கிறீர்கள். அது திரும்படி நான் கொண்டு வந்திருக்கும்
கட்டமுதைத் தருகிறேன். காலம் தாழ்த்தாமல் அதை உண்டு, குளிர்ந்த
தண்ணீரையும் குடித்து இளைப்பாருங்கள்" என்றான்.

அது கேட்ட சுந்தரர் அதற்கு இசைந்து, பெருமான் தந்த கட்டமுதைப்
பெற்று உடன் வந்த தொண்டருடன் இருந்து பசியாற உண்டார். அவருடன்
வந்த பல தொண்டர்களும் உண்டு, மேலும் அங்கே பசியுடன்
வந்தவர்களும் உண்ணும் அளவுக்கு அந்தக் கட்டுச் சோறு நிரம்ப
இருந்தது. உணவு கொண்டு இனிய தண்ணீரையும் பருகிய சுந்தரர்,
அயர்ச்சியினால் அந்தப் பந்தலிலேயே துயிலலானார். அருகில் இருந்த

யாவரும் துயில் கொண்டார்கள். அப்போது சிவபெருமான் தான்
உண்டாக்கிய பந்தலோடு தானும் மறைந்தருளினான்.

துயின்ற நாவலூரர் எழுந்து பார்க்கும்போது தண்ணீர்ப் பந்தலையும்
காணவில்லை; வேதியரையும் காணவில்லை. இறைவன்தான் இவ்வாறு
செய்தான் என்று உணர்ந்து விம்மிதமுற்று,

இத்தனையாம் ஆற்றை அறிந்திலேன் எம்பெருமான்
பித்தரே என்றும்மைப் பேசுவார் பிறரெல்லாம்
முத்தினை மணிதன்னை மாணிக்கம் முளைத்தெழுந்த
வித்தனே குருகாவூர் வெள்ளடை நீயன்றே.

எனத் தொடங்கும் திருப்பதிகத்தைப் பாடினார். பாடிய படியே
திருக்குருகாவூர் சென்று திருக்கோயிலை அடைந்து சிவபெருமானைப்
பணிந்து இன்புற்றார். அங்கே சில நாள் தங்கிப் பிறகு
திருக்கழிப்பாலையைத் தரிசித்துக்கொண்டு தில்லையை அடைந்தார்.
அங்கே திருவீதியைப் பணிந்து புகுந்து, மன்றுள் எடுத்த சேவடியை
இறைஞ்சிச் சிலநாள் அங்கே தங்கினார். அப்பால் திருத்தினைநகர் சென்று
இறைவனை வணங்கித் திருநாவலூரை அடைந்தார்.

சுந்தரர் வருகையை அறிந்து அவ்வூரினர் ஊரை அலங்கரித்து
எதிர்கொண்டுவந்து அழைத்துச் சென்றனர். நாயனார் திருக்கோயிலுக்குள்
சென்று பரமனை வணங்கிப் பதிகம் பாடினார்; அங்கே சிலநாள் தங்கி
இறைவன்பால் அருள் பெற்றுத் தொண்டை நாட்டுத் திருப்பதிகளைத்
தொழும் ஆர்வம் உடையராகிப் புறப்பட்டார்.

இடையில் உள்ள பல இடங்களைக் கடந்து திருக்கழுக்குன்றை எய்தி,
இறைவனை வணங்கித் திருப்பதிகம் பாடினார். அங்கிருந்து திருக்கச்சூர்
என்னும் தலத்தை அணைந்தார். அங்குள்ள கோயிலுக்கு ஆலக்கோயில்
என்று பெயர். அத் திருக்கோயிலுக்குள் சென்று சிவ பெருமானை
வணங்கிப் புறத்தே வந்தார். அப்போது உணவு கொள்வதற்குரிய சமயமாக
இருந்தது. சுந்தரருடன் அமுது சமைப்பதற்காக வரும் பரிசனங்கள்

இன்னும் வந்து சேரவில்லை. ஆகையால் பசியினால் வருந்திய அவர் கோயிலின் மதிற்புறத்தே அமர்ந்திருந்தார்.

அவர் பசித்திருப்பதைப் பொறாத இறைவன் ஓர் அந்தணக் கோலம் கொண்டு, கையில் ஒரு வெற்றோட்டை ஏந்தியபடி வந்தான். சுந்தரரை அவன் அணுகி நோக்கி, "நீர் பசியினால் மிகவும் சோர்வுற்றிருக்கிறீர். நான் இப்போது இவ்வூரில் அன்னப்பிட்சை எடுத்துவந்து உமக்கு அளிக்கிறேன். வேறு எங்கும் போகாமல் சிறிது நேர இங்கே இரும்" என்று சொல்லிப் பிட்சை வாங்கப் புறப் பட்டான். வீதியில் உள்ள வீடுதோறும் சென்று பிட்சை வாங்கிக்கொண்டு வந்து சுந்தரருக்கு வழங்கினான். வந்த மறையவரைத் தொழுது, அவர் தந்த உணவைச் சுந்தரர் உண்டு மகிழ்ந்தார். அப்போது இறைவன் அவர் அறியாதபடி மறைந்தருளினான்.

வந்த மறையவர் இறைவனே என்பதை அறிந்து, "எளியேன் பொருட்டாகத் தன் சேவடி வருந்த எழுந்தருளி வீடுதோறும் இரந்து உணவு அருத்திய இறைவன் பெருங் கருணை இருந்தவாறு என்னே!" என்று உருகி ஒரு திருப் பதிகம் பாடத்தொடங்கினார்.

முதுவாய் ஓரி கதற முதுகாட்
    டெரிகொண் டாடல் முயல்வானே
மதுவார் கொன்றைப் புதுவீ சூடும்
    மலையான் மகள்தன் மணவாளா
கதுவாய்த் தலையில் பலிநீ கொள்ளக்
    கண்டால் அடியார் கவலாரே?
அதுவே யாமா நிதுவோ கச்சூர்
    ஆலக் கோயில் அம்மானே?

திருக்கச்சூரிலிருந்து காஞ்சீபுரம் சென்று ஏகம்பனை வணங்கி, அங்குள்ள வேறு பல கோயில்களையும் வழிபட்டுப் பின்பு வன்பார்த்தான் பனங்காட்டூர், திருமாற் பேறு, திருவல்லம் என்னும் தலங்களைத் தரிசித்துக் கொண்டு திருக்காளத்தியை அடைந்தார். கண்ணப்பருக்கு அருளிய காளத்தியப்பரை வணங்கிச் சில நாள் அங்கே தங்கினார். அங்கிருந்தபடியே ஸ்ரீ சைலமாகிய திருப்பருப் பதத்தையும்,

திருக்கேதாரத்தையும் மனத்தால் இறைஞ்சித் திருப்பதிகம் பாடினார்.
சிலநாள் கழித்து அங்கிருந்து புறப்பட்டுத் திருவொற்றியூரைச் சென்று
அடைந்தார்.

கண் இழந்து மீளப் பெறுதல்

திருவொற்றியூரை அடைந்த சுந்தரர் திருக்கோயில் சென்று எழுத்தறியும்
பெருமானை வணங்கிப் பதிகம் பாடினார். அந்தத் தலத்தில் தங்கி
அவ்வப்போது இறைவனைத் தரிசித்து இன்புற்று வந்தார்.

திருவொற்றியூருக்கு அருகில் ஞாயிறு என்ற ஊரில் ஒரு வேளாண் செல்வர்
இருந்தார். அவரை யாவரும் ஞாயிறுகிழார் என்று அழைப்பர்.
திருக்கயிலையில் உமா தேவியாருக்குத் தொண்டு புரியும் மங்கையர்
இருவரில் ஒருவர் திருவாரூரில் பரவையாராகப் பிறந்து சுந்தரரை
மணந்தார் என்பதை முன்பு கண்டோம். மற்றொருவராகிய அநிந்திதையார்
ஞாயிறுகிழாரின் புதல்வியாகத் தோன்றி வளர்ந்து வந்தார். அழகும்
பண்பும் தெய்வப் பொலிவும் பெற்று விளங்கிய அவர் மணப் பருவத்தை
அடைந்தார். அதுகண்டு தாய் தந்தையர், "இவளுக்கு ஏற்ற கணவனைத்
தேட வேண்டும்" என்று பேசிக் கொண்டனர். அதை அறிந்த புதல்வியாகிய
சங்கிலியார், "சிவ பெருமானுடைய அருள்பெற்ற ஒருவரையன்றி வேறு
யாரையும் நான் மணம் புரிந்து கொள்ளேன்" என்று சொல்லி விட்டார்.
அதுமுதல் தாய்தந்தையர் தாமாக எந்த முயற்சியும் செய்வதை விட்டு
விட்டார்கள். இந்தச் செய்தி வேறு யாருக்கும் தெரியாது.

யாரோ ஒருவன், சில உறவினரை மணம் பேசும்படி ஞாயிறுகிழாரிடம்
அனுப்பினான். வந்தவர்களிடம் அவர் பக்குவமாகச் சொல்லி
அவர்களுக்கு இணங்காமையைக் குறிப்பால் தெரிவித்து
அனுப்பிவிட்டார். மணம் பேச வந்தவர்கள் திரும்பிப் போனபோது,
அவர்களை விடுத்தவன் இறந்தான். 'இந்தப் பெண்ணைத் திருமணம்
செய்து கொள்ள நினைப்பவருக்குத் தீங்கு நேரும்' என்ற எண்ணம் இந்த
நிகழ்ச்சியால் யாவருக்கும் உண்டாகிவிட்டது. சங்கிலியார், "நான் ஒற்றியூர்
இறைவன் திருத்தொண்டு புரிந்து காலம் கழிப்பேன்" என்றார்.

தாய் தந்தையர் சங்கிலியாரின் விருப்பப்படியே திருவொற்றியூரில் ஒரு கன்னிமாடம் கட்டுவித்து, அங்கே அவரை உறையும்படி செய்தனர். வேண்டிய வசதிகளை யெல்லாம் அமைத்து, அவருடன் சில தோழிமாரையும் இருக்கச் செய்தனர். சங்கிலியார் திருவொற்றியூர்க் கோயிலில் மலர் தொடுக்கும் மண்டபத்தில் திரை இட்டுக் கொண்டு, மாலை தொடுத்து எம்பெருமானுக்கு வழங்கி வந்தார். பஞ்சாட்சர ஜபம் செய்து கொண்டே மாலை தொடுத்து வந்தார்.

ஒரு நாள் சங்கிலியார் மாலை தொடுத்து அதனை இறைவனுக்கு அணியும்படி கொடுப்பதற்குத் திரையை விலக்கி வெளியே வந்தார். அப்போது அங்கே வந்த
வன்றொண்டர் சங்கிலியாரைக் கண்டார். முன்பு இறைவன் பணித்த விதியினால், சுந்தரமூர்த்தியின் உள்ளம் அந்த மங்கை நல்லார்பால் சென்று பதிந்தது. அவர் தம் திருப்பணியை நிறைவேற்றிக் கன்னிமாடம் புகுந்தார்.

சங்கிலியார் இன்னார் என்பதை விசாரித்து அறிந்த சுந்தரருக்கு, அவர்மேல் காதல் முதிர்ந்தது. திருவொற்றியூர்ப் பெருமான்முன் சென்று வணங்கி, "எம்பெருமானே, ஒருபால் உமாதேவியாரை வைத்து மகிழ்கின்றது போதாமல், மணிமுடியின்மேல் கங்கையை மறைத்து வைத்திருக்கும் நாதரே, தேவரீருக்கு மாலை கட்டி என் உள்ளத் திண்மையைக் கட்டுக்குலைத்த சங்கிலியை எனக்கு அருளி என் துன்பத்தைப் போக்கி யருள வேண்டும்" என்று விண்ணப்பித்துக் கொண்டார்.

இறைவன் அவருக்கு அவ்வாறே செய்வதாக அருளினான். பிறகு சங்கிலியார் கனவிலே தோன்றி, "தவம் மிக்க சங்கிலியே, என்னிடம் மிக்க அன்புடையவனும், மேருவைப் போன்ற தவமுடையவனும், வெண்ணெய் நல்லூரில் நம்மால் ஆட்கொள்ளப்பட்டவனும் ஆகிய நாவலாரூரன் உன்னை அளிக்க வேண்டும் என்று நம்மை இரந்தான். நீ அவனை மணந்து கொள்வாயாக' என்று வாய்மலர்ந்தான். சங்கிலியார் இறைவனைத் தொழுது, 'எம்பிரானே, தேவரீர் அருளிச் செய்த அவருக்கு உரியவளாக ஆவேன். ஆனால் ஒரு செய்தியை அடியேன் விண்ணப்பம் செய்துகொள்ள விரும்புகிறேன். அந்தத் தொண்டர் தலைவர்

திருவாரூரிலே மகிழ்ந்து தங்குபவர் என்பதைத் தேவரீர் அறிவீர்களே!"
என்று நாணத்துடன் கூறினார். இறைவன், "உன்னை விட்டு
நீங்கமாட்டேன் என்ற சபதத்தை அவன் செய்யும்படி செய்கிறேன்" என்று
கூறி மறைந்தான்.

சுந்தரர்பால் சென்று, "உன்னை மணம் புரிந்து கொள்ளும்படி சங்கிலியிடம்
சொன்னோம். அவள் உன்னால் ஒரு காரியம் ஆகவேண்டும் என்று
சொன்னாள்" என்று இறைவன் கூறினான். "நான் செய்ய வேண்டியது
யாது?" என்று சுந்தரர் கேட்க, "இன்று இரவே அவள் முன்பு,
உன்னைவிட்டு நீங்கமாட்டேன் என்று ஒரு சபதம் செய்து தரவேண்டும்"
என்று இறைவன் திருவாய் மலர்ந்தான்.

அதுகேட்ட சுந்தரர் சற்றே மயங்கினார். 'எம்பெருமான் எழுந்தருளியுள்ள
திருக்கோயில்களுக் கெல்லாம் செல்ல வேண்டும் என்ற என்
விருப்பத்துக்கு இது ஒரு தடையாக இருக்கும்போல் இருக்கிறதே!' என்று
எண்ணிக் கவன்றவர், பின்பு இதற்கு ஒரு தந்திரம் செய்யலாம் என்று
துணிந்தார். இறைவனை நோக்கி, "எம்பெருமானே, தேவரீருடைய
சந்நிதியில் அவளுடன் வந்து சபதம் செய்கிறேன்.ஆனால் அந்தச்
சமயத்தில் தேவரீர் கோயிலில் உள்ள மகிழ மரத்துக்குச் சென்று
எழுந்தருளியிருக்க வேண்டும்" என்று விண்ணப்பித்துக் கொண்டார். இறை
வன் அவ்வாறே செய்வதாக ஒப்புக் கொண்டான்.

ஆனால் மீண்டும் அப்பெருமான் சங்கிலியாரிடம் சென்று, 'நாவலாரூரன்
நம்முடைய சந்நிதியில் சபதம் செய்து தருகிறேன் என்பான். நீ அதற்கு
இசையாமல் மகிழ மரத்தின் அடியில் செய்து தரச்சொல்" என்று அருளி
மறைந்தான். சங்கிலியார் தாம் கனவிலே கண்டவற்றை யெல்லாம்
தோழிமாரிடம் சொல்ல, அவர்கள் வியப்பும் மகிழ்ச்சியும் கொண்டார்கள்.

புலரும் பொழுது ஆயினமையின் சங்கிலியார் திருக் கோயிலுக்குத்
தோழிமாருடன் செல்ல, சுந்தரரும் அப்போது அங்கே வந்து சேர்ந்தார்.
அவர் சங்கிலியாரை அணுகி இறைவன் அருளியதைச் சொல்ல,
நாணத்துடன் நின்ற அம் மங்கை நல்லார் கோயிலுள்ளே புக, அவருடன்
சுந்தரரும் உட்புகுந்தார். "நான் உன்னைப் பிரிய மாட்டேன் என்ற

உறுதிமொழியை இறைவன் திருமுன் மொழிய எண்ணுகிறேன்; அங்கே வருக" என்று சுந்தரர் கூற, சங்கிலியாருடைய கனவைக் கேட்டிருந்த தோழிமார், "இதன்பொருட்டு இறைவன் முன்போய்ச் சபதம் செய்வது தகாது; மகிழமரத்தின் கீழே இருந்து செய்தால் போதும்" என்று சொன்னார்கள். சுந்தரர், 'நாம் மறுத்தால் நமக்குப் பழியாகும்' என்று எண்ணி அவ்வாறே செய்வதாக இசைந்தார்.

யாவரும் மகிழமரத்தை அடைந்தார்கள். தம்பிரான் தோழர் அந்த மரத்தை மூன்று முறை வலம் வந்து, "உன்னை நான் பிரியேன்" என்று சபதம் செய்து கொடுத்தார். சங்கிலியார் தம் தொண்டிலே ஈடுபட்டார். சுந்தரர் இறைவன் முன் சென்று அவனுடைய திருவருளை எண்ணி வாழ்த்தினார்.

அன்று இரவே, இறைவன் சிவனடியார்களுடைய கனவில் தோன்றி "நம்பியாரூரனுக்கு நங்கை சங்கிலியை நம்முடைய ஏவலினால் மணம் புரிவிப்பீர்களாக!" என்று கட்டளையிட்டான். அவர்கள் விடிந்து எழுந்து ஒருவருக்கு ஒருவர் தாம் கண்ட கனவைச் சொல்லிக் கொண்டு, சுந்தரரை அணுகிப் பணிந்து இறைவன் இட்ட கட்டளையைச் சொன்னார்கள். பின்பு அவர்கள் சுந்தர மூர்த்தியாருக்கும் சங்கிலியாருக்கும் சிறப்பாகத் திருமணத்தை நிறைவேற்றினார்கள். அவ்விருவரும் இறைவன் திருவருளில் மனம் ஒன்றி இணைந்து வாழ்ந்து வந்தார்கள்.

சில நாட்கள் சென்றன. அப்பால் வசந்தமென்னும் இளவேனிற் பருவம் வந்தது. அக் காலத்தில் மிகச் சிறப்பாகத் திருவாரூரில் திருவிழா நடைபெறும். வீதிவிடங்கப் பெருமானுடைய திருவோலக்கத்தில் பரவையார் ஆடலும் பாடலும் நடைபெறும். இவை இப்போது சுந்தரமூர்த்தி யார் நினைவில் வந்து தோன்றின. 'திருவாரூர்ப் பெருமானை மறந்து இங்கே இருந்துவிட்டேனே!' என்ற வருத்தம் உண்டாயிற்று. திருவாரூர் சென்று எம்பெருமானைத் தரிசிக்கவேண்டும் என்ற ஆர்வம் நாளுக்கு நாள் முதிர்ந்து வந்தது. ஒருநாள் திருவொற்றியூர்த் திருக்கோயிலுக்குச் சென்று வணங்கி எழுந்து திருவாரூருக்குப் புறப்பட்டு விட்டார்.

சபதத்தை முறித்துவிட்டதனால் திருவொற்றியூர் எல்லையைக் கடந்தவுடனே அவருடைய கண்கள் இரண்டும் குருடாகிவிட்டன. சங்கிலியைப் பிரிந்து செல்ல மாட்டேன் என்று சபதம் செய்துவிட்டு இப்போது பிரிந்து வருவதனால் இந்தத் துன்பம் வந்தது. இது நீங்கும் பொருட்டு ஒற்றியூர்ப் பெருமானைப் பாடுவேன்' என்று எண்ணி, மனம் உருகி, கண் தரவேண்டும் என்று ஒரு பதிகம் பாடினார். பாடியும் கண் தெரியவில்லை. திருவாரூரை நோக்கிச் சென்ற அவர், வழியிலே செல்பவர்கள் வழிகாட்ட மெல்ல மெல்லப் போனார். திருமுல்லை வாயில் சென்று இறைவனை வழிபட்டு பதிகம் பாடினார். பின்பு வெண்பாக்கம் என்ற தலத்தை அடைந்தார். அங்கே இறைவனை வருந்தி, "நீர் கோயிலில் உள்ளீரோ?" என்று பாட, அவன் ஊன்றுகோல் ஒன்று அருளி, அயலாரைப் போல, "உளோம், போகீர்" என்று அருளி அனுப்பிவிட்டான்.

சத்தியம் பிறழ்ந்தவர்கள் எவ்வளவு சிறந்தவர்களானலும் துன்புறுவார்கள் என்ற உண்மையை இறைவன் சுந்தரமூர்த்தியார் வாயிலாக உலகுக்கு அறிவிக்க எண்ணினான் போலும்! வெண்பாக்கத்திலும் தம் விண்ணப்பம் பலிக்காமல் போனதை அறிந்து வருந்தி, மேலும் தம் யாத்திரையைத் தொடர்ந்தார் வன்றொண்டர். திருவாலங்காங்காட்டையும் திருவூறலையும் பணிந்து காஞ்சீபுரம் சென்று அடைந்தார். அங்கே ஏகம்பநாதனை வணங்கி உருகி நிற்கும்போது, அவருக்கு இடக்கண் பார்வை தெரிந்தது. நன்றியறிவுடன் ஏகம்பனைப் பாடி அங்கே சில காலம் தங்கினார். அங்கிருந்து புறப்பட்டுப் பல தலங்களை அடைந்து பணிந்து, சோழநாட்டில் உள்ள திருத்துருத்தியை வழிபட்டார். அங்கே அவர் மேனிமேல் இருந்த பிணி நீங்கியது. ஒற்றைக் கண்ணுடன் திருவாரூரை நோக்கிச் சென்றார்.

திருவாரூர் அணுகியது. நெடுந்தூரத்தில் அதைக் கண்டவுடன் கீழே விழுந்து பணிந்து எழுந்தார். அதன் முழு அழகையும் ஒற்றைக் கண்ணால் காணமுடியாமல் தவித்தார். திருவாரூருக்குள்ளே புகுந்து பரவையுண் மண்டளி என்னும் திருக்கோயிலைப் பணிந்து, வன்மீகநாதர் கோயிலை அடைந்து, புற்றிடங்கொண்ட புராதனரை ஆராக் காதல் மீதூரப் பணிந்தார். வலக்கண் பார்வையை யும் தரவேண்டுமென்று கரைந்து புலம்பிப் பாடினார்.

கருணாநிதியாகிய இறைவன் அவருடைய வேதனைக்கு இறங்கி, மற்றக் கண்ணையும் கொடுத்தருளினான். இரு கண் பார்வையும் தெளிவாகப் பெற்ற நம்பியாரூரர் பரவசமாக நின்றார்; விழுந்தார்; எழுந்தார்; பாடினார். பின்பு கோயிலை வலமாக வந்தார்; அடியார்கள் கூடியிருந்த தேவாசிரய மண்டபத்துக்கு வந்து சேர்ந்தார்.

பரவையால் தூது

சுந்தர மூர்த்தி நாயனார் பரவையாரைப் பிரிந்து சென்ற பிறகு அவருடைய பிரிவினால் பரவையார் மிக வருந்தினார். அவர் திருவொற்றியூரை அடைந்து சங்கிலியாரை மணந்து கொண்டு வாழ்கிறார் என்ற செய்தியை உணர்ந்து அப்பிராட்டியார் சினம் கொண்டார். அதனைப் பொறாமல் நெஞ்சம் தளர்ந்தார். இரவு சயனத்திற் படுத்துத் துயிலுவதில்லை. விழிப்போடு இருந்தாலும் அமைதி பெறுவதில்லை. ஏதேனும் ஆதனத்தில் சிறிது நேரம் பொருந்தி இருப்பதில்லை. ஒரே நிலையில் நிற்பதும் இல்லை. வெளியிற் செல்வதும் இல்லை.சுந்தரமூர்த்தி யாரை மறக்கவும் முடியவில்லை; நினைக்கவும் முடியவில்லை. வாய்விட்டுத் தம் துயரத்தைச் சொல்லவும் இயலவில்லை. அவருக்கு உண்டான புலவியும் பிரிவுத் துன்பமும் அவருடைய என்பூடு நின்று உருக்கின.

இந்த நிலையில் பரவையார் இருக்க, தேவாசிரய மண்டபத்தை அணுகிய சுந்தரர் பரவையாரிடம் பரிசனங்களை அனுப்பினார். அவர்கள் வழக்கம்போல் பரவையார் திருமாளிகையுட் புகப் போகும்போது அவர்களால் உள்ளே போகமுடியவில்லை; வெளியில் நின்றார்கள். அவரிற் சிலர் நாயனாரை அடைந்து, "திருவொற்றியூரில் நிகழ்ந்தவற்றை யெல்லாம் அறிந்து அங்குள்ளார் எங்களை உள்ளே விடவில்லை" என்று தெரிவித்தார்கள்.

அதனைக் கேட்ட சுந்தரர் மனம் வருந்தி அதற்கு என்ன செய்வது என்று ஏங்கினார். அப்பால் சிறந்த உலகியலறிஞர் சிலரைப் பரவையாரிடம் அனுப்பிச் சமாதானம் செய்யச் சொன்னார். அவர்கள் பரவையாரிடம் போய்ப் பல நியாயங்களை எடுத்துரைத்து அவர் சினத்தை மாற்ற

முயன்றார்கள். அவரோ சிறிதும் மனம் இசையாமல், "அவர் திறத்தில் இனி நீங்கள் ஏதாவது பரிந்து பேசினால் என் உயிர் நீங்கும்" என்று சொல்லவே, போனவர்கள் அதனைக் கேட்டு அஞ்சி வந்துவிட்டார்கள். நிகழ்ந்ததை அவர்கள் நாவலூர் நம்பியிடம் சொல்ல, அவர் மிகவும் சோர்வுற்று வருந்தினார். உள்ளத்தில் மிக்க கவலையோடு நள்ளிரவில் துயிலின்றித் துன்புற்றார். அருகில் உள்ளவர் யாவரும் துயிலில் ஆழ, அவர் மட்டும் தனியே இருந்து சிந்தனையில் ஆழ்ந்தார்.

"முன்னை வினையால் இந்தப் பிறவிக்கு மூலமானவளிடம் நான் சார்வதற்கு நீ திருவுள்ளம் கொண்டருள வேண்டும். எம்பெருமானே, இந்த இரவில் அவளிடம் நீ சென்று அவளுடைய புலவியை நீக்கினால் நான் உய்வேன்; வேறு செயல் இல்லை' என்று அவர் இறைவனை எண்ணித் துதித்து மறுகினார்.

தன்னுடைய தோழருடைய வருத்தத்தைக் காணச் சகியாத எம்பெருமான், அடிகள் நிலத்தில் தோயச் சுந்தரர் முன் எழுந்தருளினான். சுந்தரர் தாங்க இயலாத மகிழ்ச்சி யோடு, உடம்பெல்லாம் புளகம் போர்ப்பகையைத் தலை மேற் குவித்துப் பின் இறைவன் அடித்தாமரையில் விழுந் தார்; எழுந்தார்.

அவ்வன்பரைப் பார்த்து இறைவன், "உனக்கு வந்த துன்பம் யாது?" என்று கேட்க, "எம்பெருமானே, அடியேன் புரிந்த குற்றத்தினிடையே அடியேனே ஆழ்ந்து துன்புறுகிறேன். தேவரீரே என்னை எடுத்து ஆட்கொள்ள வேண்டும். தேவரீருடைய திருவருளால் திருவொற்றியூரில் சங்கிலியை மணம் புரிந்து கொண்டேன். அதனைப் பரவை அறிந்து தன்பால் நான் வந்தால் உயிர்விடுவேன் என்று சொல்லிக் கோபத்தோடு இருக்கிறாள். நான் தேவரீருக்கு அடியேன் அல்லவா? எனக்குத் தாயைவிடச் சிறந்த தோழர் நீர் அல்லவா? அறிவையும் இழந்து வருந்தும் எனக்கு இவ்விரவே தேவரீர் சென்று பரவையின் ஊடலைத் தீர்த்தருள வேண்டும்" என்று உருகி வேண்டினார் சுந்தரர்.

"நீ துன்பத்தை விடு. இப்பொழுதே உனக்குத் தூதனாகப் பரவையிடம் போகின்றோம்" என்று வாய் மலர்ந்தான் இறைவன்.

சுந்தரர் மீட்டும் இறைவனை வணங்கினார். உடனே, எம்பெருமான் பரவையார் திருமாளிகையை நோக்கிப் புறப்பட்டான். அப் பெருமானுடன் கணநாதரும் தேவர்களும் செல்லத் திருவாரூர்த் திருவீதி சிவலோகம் போல விளங்கியது.

பரவையார் திருமாளிகையை அடைந்தபோது உடன் வந்தவர்கள் புறம்பே நிற்க, எம்பெருமான் திருவாரூர்க் கோயில் அர்ச்சகரைப்போல உருக்கொண்டு தனியே உட்புகுந்தான். புகுந்து அடைத்திருந்த கதவைத் தட்டினான் உள்ளே துயிலின்றிக் கிடந்த பரவையார் குரலிலிருந்து, 'நம்மை உடைய எம்பெருமானைப் பூசிக்கும் மறையவர் போலும்!' என்று எண்ணி, 'பாதி இரவில் இவர் இங்கே வருவதற்கு என்ன காரணம்? என்று அஞ்சி எழுந்து வந்து கதவைத் திறந்தார். எதிரே நின்றவரைக் கண்டு, 'பெரியீர், இப்போது இங்கே எழுந்தருளக் காரணம் யாது?' என்று கேட்டார்.

மறையவர், 'நான் கேட்பதை மறுக்காமல் செய்வதானால் சொல்கிறேன்" என்றார்.

பரவையார், "அதைச் சொல்லுங்கள்; என்னால் இயலுமானால் செய்கிறேன்' என்றார்.

உடனே அவர், "நாவலூர் நம்பி இங்கே வந்து முன் போல் வாழவேண்டும்" என்றார்.

அதுகேட்ட பரவையார், "நன்றாக இருக்கிறது நீங்கள் சொல்வது! என்னைப் பிரிந்து சென்று திருவொற்றியூரை அடைந்து சங்கிலியால் பிணிப்புண்டவருக்கு இங்கே ஒரு தொடர்பு உண்டாகுமோ? இரவில் வந்து நீங்கள் சொன்ன காரியம் அழகாயிருக்கிறது!" என்றார்.

"நங்காய், நம்பி செய்த குற்றங்களை யெல்லாம் மறந்து உன் கோபம் ஆறி அவரை ஏற்றுக்கொள்ள வேண்டும். அதற்குத்தானே நான் உன்னை வேண்டிக் கொண்டேன்?
ஆதலின் நீ மறுக்கக் கூடாது" என்று மீண்டும் மறையவர் வற்புறுத்தினார்.

பரவையாருக்கு வெகுளி மூண்டது; "இதற்காக நீர் இந்த வீட்டுக்கு வருவது உம் பெருமைக்கு ஏற்றதன்று. திருவொற்றியூரில் பற்றுடையவர் இங்கே வருவதற்கு இசையமாட்டேன். உமக்கும் இங்கே இனி வேலை இல்லை; போம்" என்று மறுத்துச் சொன்னார்.

இறைவன் தனக்குட் சிரித்துக் கொண்டான். தன்னுடைய உண்மைக் கோலத்தை உணர்த்தவில்லை. சுந்தருடைய வேட்கையைத் தூண்டிவிட்டு வேடிக்கை பார்க்கும் திருவிளையாடலை மேற்கொண்டு மீண்டான்.

இங்கே சுந்தரர், எம்பெருமானை அறிவில்லா நாயேன் பரவையின் ஊடலை நீக்கும் பொருட்டு அனுப்பினேனே! என்ன பேதைமை!' என்று வருந்தி, எப்படியும் எம்பெருமான் அவள் புலவியைத் தீர்த்து வருவான் என்ற நம்பிக் கையோடு எதிர்பார்த்துக் கொண்டிருந்தார். நேரம் ஆக ஆக அவருடைய ஆவல் மீதூர, பலவகை எண்ணங்கள் எழுந்தன.

இறைவன் மீண்டும் வந்தது கண்டு, அணைகடந்த வெள்ளம் போல ஓடிச் சென்று அவனை வரவேற்றார். எம்பெருமான் புன்முறுவல் பூண்ட முகத்தோடு வருவதைக் கண்டு, போன காரியம் வெற்றி' என்று எண்ணிக் கொண்டு, "எம்பெருமானே, அன்று என்னை ஆண்டு கொண்ட உரிமையை மறவாமல், அதற்கு ஏற்ப இன்று எழுந்தருளி அவளுடைய வெகுளியைத் தீர்த்து நலஞ்செய் தீரே!" என்று களிப்புடன் கூறினார். இறைவன், உன்னுடைய விருப்பப்படியே பரவையின் இல்லம் நண்ணி, உன் செய்தி யெல்லாம் கூறினேன். அவள் ஏற்றுக் கொள்ளாமல் கொடுமை சொன்னாள். நான் எத்தனை வேண்டிக் கொண்டாலும் மறுத்துவிட்டாள்" என்றான்.

சுந்தரர் இதனைக் கேட்டுத் துணுக்குற்றார்; "எம்பெருமானே, தேவரீர் அருளிச் செய்யப் பரவையோ மறுப்பவள்? நாங்கள் வேறு யாருடைய அடிமை என்று எண்ணி இதைச் சொன்னீர்கள்? இன்று என் திறத்தில் அன்பின்றி நலம் செய்யாவிட்டால் அன்று வலியவந்து தடுத்தாட் கொண்டது எதற்கு? நான் படுகின்ற வருத்தத்தை நீர் நன்கு அறிவீர்.

பரவையிடம் சென்று அவள் கோபத்தைத் தணித்து என்னை அவளுடன் சேர்க்காவிட்டால் என் உயிர் நில்லாது" என்று புலம்பி வீழ்ந்தார்.

அது கண்ட இறைவன் அருளுடன் பார்த்து, "இன்னும் ஒரு முறை அவளிடம் சென்று நீ அவளை அடையும் வழியைச் செய்கின்றோம். உன்னுடைய துயரத்தை ஒழிக" என்று கூறிப் புறப்பட்டான். சுந்தரர் உடன் சென்று வணங்கி வழியனுப்பி வந்தார்.

பரவையார், மறையவராகி வந்த இறைவன் மீண்ட பின்பு, சில குறிப்புகளால் இறைவனே மறையவர் கோலத்தில் எழுந்தருளினான் என்பதை உணர்ந்து கொண்டார். "அந்தோ, நான் என்ன காரியம் செய்தேன்; எம்பிரான் கூறியதை மறுத்தேனே!" என்று வருந்தினார். இரவு துயிலாமல் வாயிலைப் பார்த்தபடியே இருந்தார்.

இந்த முறை இறைவன் தன் இயல்பான திருவுருவத்தோடு சென்றான். கணநாதர் சித்தர் இயக்கர் முதலியவர்களும் உடன் சென்றார்கள். யாவரும் பரவையார் திரு மாளிகையுள் புகுந்தபோது, பரவையார் உடல் நடுக்கத் தோடும் மேலெழுந்து பொங்கும் மகிழ்ச்சியோடும், இறைவனை எதிர்கொண்டு சென்று பணிந்தார். அப்போது எம்பெருமான் அவரை நோக்கி, "என்பால் உள்ள உரிமையால் நாவலாரூரன் ஏவ மீண்டும் உன்பால் வந்தோம்; இன்னும் முன்போல் நீ மறுக்காதே. நின் பிரிவால் அவன் மிக வருந்துகிறான். அவன் இங்கு வருவதானால் நீ அவனை ஏற்றுக்கொள்ள வேண்டும்" என்றான்,

பரவையார் தம் சிரத்தின்மேல் கைகளைக் குவித்து உளம் நடுங்கி வருந்த, "எம்பெருமானே, முன்பு மறையவர் கோலத்தில் யான் செய்த தவப்பயனாக வந்தவர் தேவரீர் தாமா?' என்று வியந்து, கண்ணீர் வார, தேவரீருடைய சேவடி வருந்த ஓர் இரவு முழுதும் இங்கும் அங்குமாக எழுந்தருளி எளிவந்து கருணை பாலிக்கும்போது அடியேன் இசையாமல் என்செய்வது?" என்றார்.

"நின் பண்புக்கு ஏற்றவாறே நல்லதே பேசினாய்" என்று கூறி, இறைவன் அங்கிருந்தும் அகன்று சுந்தரரை அடைந்தான். சுந்தரர், "என் உயிரைக்

காப்பாற்றும் பொருட்டுப் போன பெருமான் என்ன செய்து மீள் வாரோ?"
என்று கவலையுடன் ஏங்கி வழிபார்த்து நின்றார். இறைவன் வரவு கண்டு
எதிர்சென்று வணங்க, "எம்பெருமானே, என் உயிரைக் காவாமல்
துன்புறுத்தும் பெண்மணியினிடமிருந்து என்ன செய்தி கொண்டு
வந்தீர்கள்?" என்று கேட்க, அவளுடைய கோபத்தை ஆற்றி விட்டோம்.
இனி நீ அவள்பாற் போய்ச் சேர்" என்று அருளினான்.

சுந்தரர் மிக்க களிப்படைந்து, "எந்தாய், எம்பிரானே, பந்தமும் வீடும்
தருபவர் தேவரீர். அதன்படியே இங்கே துன்பமும் பின்பு விடுதலையும்
அருளினீர்கள். இனி எனக்குத் துன்பம் ஏது?" என்று கூறி அவனுடைய
திருவடியில் வீழ்ந்தார். இறைவன், "நீ பரவையினிடம் சென்று இன்புற்று
வாழ்வாயாக" என்று வாழ்த்தி மறைந் தருளினான்.

உடனே சுந்தரர் தம் பரிசனங்களுடன் பரவையார் மாளிகையை நோக்கிப்
புறப்பட்டார். விடிந்து விட்டமையின் தொண்டர்களும் எழுந்து சந்தனம்,
மலர்மாலை, கஸ்தூரி, கர்ப்பூரம், குங்குமம் முதலிய மங்கலப்
பொருள்களை எடுத்துக்கொண்டு உடன் சென்றனர். பரவையார் சுந்தரரை
வரவேற்பதற்கு ஏற்ற வகையில் விளக்கு, தூபம், நிறைகுடம் முதலியன
வைத்துக் காத்திருந்தார். தோழியர் சூழ மாமணி வாயிலில் நின்ற அவர்,
சுந்தரர் வந்தவுடன் நாணமும் அச்சமும் மீதூர, அவரை வணங்கினார்.
நாயனார் பரவையாருடைய தளிர்ச் செங்கையைப் பற்றிக் கொண்டு
திருமாளிகையுள் புகுந்தார்.

அப்பால் இருவரும் இறைவன் செய்த திருவிளை யாடலையும், அவன்
கருணைத் திறத்தையும் போற்றி மகிழ்ந்து, மனம் ஒன்றி இன்ப
வெள்ளத்தில் ஆழ்ந்து ஒன்றுபட்டனர்.

சேரமான் தோழமை

காவிரியின் வடகரையில் பெருமங்கலம் என்ற ஊரில் சோழ மன்னர்களின்
சேனைத் தலைவராவார் குடியாகிய ஏயர்குடியில் கலிக்காமர் என்னும்
அன்பர் ஒருவர் பிறந்தார். அவர் சிவனடியார்பால் மிக்க அன்புடையவராகி
வாழ்ந்தார். சுந்தரர் இறைவனைப் பரவையார் பால் தூதுவிட்டார் என்ற

செய்தி அவர் காதில் விழுந்தது. அது கேட்டு, "எம்பெருமானை இவர் ஏவியது நன்றாயிருக்கிறது!" என்று கோபமும் அதிசயமும் கொண்டார். "எம் பெருமான் தான் அடியவருக்கு எளியனாயினால் இந்த மனிதன் ஒரு பெண் பிள்ளையிடம் இரவில் தூதனுப்புவ தாவது! அந்த மனிதரைக் கண்டால் என்ன செய்வேனோ?" என்று கோபம் மிக்க உள்ளத்தினராகி இருந்தார்.

இந்தச் செய்தியை அறிந்த சுந்தரர் தாம் பிழை செய்ததை ஒப்புக்கொண்டு, "இதற்குத் தேவரீரே ஏதேனும் பரிகாரம் செய்தருள வேண்டும்" என்று இறைவனை வேண்டினார்.

இறைவன் அவ்விருவரையும் நட்பாக்க வேண்டும் என்று திருவுள்ளங் கொண்டு ஏயர்கோன் கலிக்காம நாயனாருக்குச் சூலைநோயை உண்டாக்கினான். அதனால் அவர் மிக வருந்தியபோது இறைவன் அவர்பால் சென்று, 'சுந்தரன் வந்து இதனைத் தீர்ப்பான்' என்று அருளினான். "எம்பெருமானை ஏவல் கொண்ட அவர் வந்து தீர்ப்பதை விட நான் இந்த நோயால் வருந்துவதே நன்று" என்று மறுத்தார் அவர். இறைவன் மறைந்தருளிச் சுந்தரரிடம் சென்று, "நீ போய்க் கலிக்காமனுடைய சூலை நோயைத் தீர்த்து வா" என்று பணித்தான்.

சுந்தரர் கலிக்காம நாயனாரிடம் செல்லப் புறப்பட்டு, தாம் வருவதை முன் கூட்டியே சொல்லி யனுப்பினார். அது கேட்ட ஏயர்கோன், 'இவர் கையால் நோய் தீர்வதைவிட நான் சாவதே நன்று' என்று எண்ணித் தம் உடைவாளால் குத்திக்கொண்டு உயிர் நீத்தார். அவருடைய மனைவி சுந்தரர் வருவதை அறிந்து, ஏயர்கோன் உடம்பை அலங்கரித்துப் படுக்கையில் விடச்செய்து, "யாரும் அழாதீர்கள். நம்பியாரூரரை வேண்டிய உபசாரங்கள் செய்து எதிர் கொள்ளுங்கள்" என்றாள். அப்படியே அவர்கள் எதிர் கொள்ள, "ஏயர்கோன் உடல் நலம் எப்படி இருக்கிறது?' என்று சுந்தரர் கேட்டார். "அவர் படுக்கையில் படுத்துள்ளார்; நோய் இல்லை" என்றார்கள். அது கேட்ட சுந்தரர், "நான் அவரைப் பார்க்க வேண்டும்" என்று சொல்ல அவர்கள் அழைத்துச் சென்றார்கள்.

சுந்தரர் அவர் நிலையைக் கண்டு, "நானும் என் உயிரை மாய்த்துக் கொள்வேன்" என்று குற்றுடை வாளை எடுத்தார். இறைவன் திருவருளால், பிணமாகக் கிடந்த ஏயர்கோன் உயிர்பெற்று எழுந்து, சுந்தரர் செய்கையைத் தடுத்து, உடைவாளை வாங்கிக் கொண்டார். சுந்தரர் உடனே ஏயர் கோனைப் பணிய அவரும் சுந்தரரைப் பணிந்தார். இருவரும் எம்பெருமான் பெருங்கருணைச் சிறப்பை எண்ணிப் போற்றினர். அன்று முதல் இருவரும் நெருங்கிய நண்பர்களாயினர்.

சேரநாட்டில் திருவஞ்சைக் களத்தில் இருந்து அரசாண்டு வந்தார் சேரமான் பெருமாள் நாயனார். அவர் ஒவ்வொரு நாளும் சிவபெருமானைப் பூசை செய்து முடித்தவுடன் இறைவனுடைய பாதச் சிலம்பொலி கேட்கும். அதனால் மன நிறைவு பெறுவார். ஒரு நாள் பூசை முடிந்தும் சிலம்பொலி கேட்கவில்லை. அதனால் வருந்திய பொழுது சிறிது நேரம் கழித்து அவ்வொலி கேட்டது. அதோடு, தில்லையில் வன்றொண்டன் நம்மைத் தரிசிக்க வந்தான். அதனால் தாமதமாயிற்று" என்று இறைவன் அருளினான். அதுகேட்ட சேரமான், "அத்தகைய அடியாரைத் தரிசித்து இன்புறவேண்டும்" என்ற ஆர்வம் உடையவரானார்.

தம் நாட்டினின்றும் நீங்கித் திருத்தில்லை சென்று நடராசப் பெருமானைத் தரிசித்துக்கொண்டு, சுந்தரர் திருவாரூரில் எழுந்தருளி யிருப்பதை அறிந்து அங்கே சென்றார். சுந்தரர் அவர் வரவை யறிந்து வரவேற்கச் சேரமானும் சுந்தரரும் நண்பர்களாயினர். தம்பிரான் தோழராகிய சுந்தரர் இப்போது சேரமான் தோழரும் ஆனார். அப்பால் இருவரும் திருவாரூர்ப் பூங்கோயில் சென்று இறைவனை வழிபட்டார்கள்.

பாண்டிநாடும் சேரநாடும் சென்று வருதல்

சேரமான் பெருமாள் நாயனார் திருவாலவாயைத் தரிசிக்கவேண்டும் என்ற தம் விருப்பத்தைத் தெரிவிக்கச் சுந்தரர் அவருடன் புறப்பட்டார். சோழநாட்டுத் திருப்பதிகள் சிலவற்றைத் தரிசித்துக் கொண்டு அவ்விரு வரும் மதுரையை அடைந்தார்கள். அவர்கள் வரவை அறிந்த பாண்டிய மன்னன் தக்க வகையில் பெருஞ் சிறப்புடன் வரவேற்றான். பாண்டியன் பெண்ணை மணந்துகொண்ட சோழ மன்னனும் அப்போது அங்கே

வந்திருந்தான். ஆகவே முடிபுனை வேந்தர் மூவரும் ஒன்று கூடினர்; சுந்தரரை வணங்கினர். யாவரும் மதுரைத் திருக்கோயில் சென்று இறைவனை வணங்கினர். சுந்தர மூர்த்தியார் திருப்பதிகங்களைப் பாடியருளினார்.

பிறகு தோழர்கள் இருவரும் பாண்டிநாட்டுத் திருப்பதிகள் பலவற்றுக்கும் சென்று வழிபட்டுத் திருச்சுழியலை அடைந்தார்கள். அங்கே இறைவனைப் பணிந்து இரவு தங்கியபொழுது, சுந்தரமூர்த்தி நாயனார் கனவில் இறைவன் ஒரு புதிய திருக்கோலத்துடன் எழுந்தருளிக் காட்சி அளித்தான். காளைப் பருவமுடைய திருமேனியுடன் தலையில் கொண்டையும் கையில் பொன்னாலாகிய செண்டா யுதமும் உடைய கோலத்தைக் காட்டினான். "நாம் இருப்பது திருக்கானப்பேர் என்று அருளிய உடனே மறைந்து விட்டான். அருகிலுள்ள கானப் பேரில் உள்ள பெருமானுக்குக் காளைப் பெருமான் என்பது திருநாமம். அதனால் அத்தலத்துக்குக் காளையார் கோயில் என்ற பெயர் வழங்கும். அத்தலத்துக்குத் தம்மை இறைவன் அழைத்த குறிப்பு அக்கனவு என்பதை உணர்ந்த சுந்தரர், சேர மன்னருடன் அத்தலம் சென்று, இறைவனை வணங்கிப் பதிகம் பாடிச் சில நாட்கள் அங்கே தங்கியிருந்தார்.

பிறகு வேறு சில தலங்களைப் பணிந்து திருவாரூர் வந்தடைந்தனர் இருவரும். பரவையார் செய்த உபசாரத்தாலும் அளித்த விருந்தினாலும் மனம் மகிழ்ந்து இரண்டு நண்பர்களும் சில நாள் அங்கே தங்கி அளவளாவினார்கள்.

ஒருநாள் சேரமான் பெருமாள் நாயனார் சுந்தரமூர்த்தி யாரை வணங்கி, "தேவரீர் மலைநாட்டுக்கு அடியேடனுன் எழுந்தருளவேண்டும்" என்று விண்ணப்பித்துக் கொண்டார். அவர் விருப்பத்தை நிறைவேற்றத் துணிந்த சுந்தரர் அவருடன் புறப்பட்டார்.

திருவாரூரினின்றும் புறப்பட்ட அவர்கள் திருக்கண்டியூர் என்னும் தலத்தை அடைந்து வழிபட்டார்கள். அது அட்ட வீரட்டங்களில் ஒன்று. அதற்கு எதிரே வடகரையில் திருவையாறு உள்ளது. திருக்கண்டியூரில் நின்று பார்த்தபோது திருவையாறு அக்கரையில் தோன்றியது. சேரமன்னர்

அத்தலத்திற்குச் செல்ல வேண்டும் என்ற தம் விருப்பத்தைத் தெரிவித்தார். அப்போது காவிரியில் பெருவெள்ளம் சென்று கொண்டிருந்தது. ஓடங்கூடச் செல்ல முடியாத வகையில் வேகமாகப் பெருக்கெடுத்-தோடியது.

சுந்தரர் காவிரிக் கரையையணுகி ஒரு திருப்பதிகத்தைப் பாடினார். உடனே மேற்கிருந்து வரும் நீர் பளிங்கினால் அணைபோட்டதுபோல நின்றுவிட, இடையிலே மணல் தோன்றி ஒரு வழி உண்டாயிற்று. இறைவனைப் பணிந்தபடியே இரண்டு திருத்தொண்டரும் அதன் வழியே சென்று திருவையாறு புகுந்து இறைவனைத் தரிசித்து வழிபட்டனர். பிறகு மீட்டும் பழையபடியே இடையில் விழிவிட்ட ஆற்றின் நடுவே நடந்து வந்து தென்கரையை அடைந்தார்கள். அடைந்தவுடன் பழைய படி காவிரிநீர் ஓடத் தொடங்கியது. இந்த அதிசயத்தைக் கண்டு சேரமானும் பிறரும் சுந்தரர் பெருமையை நினைந்து பாராட்டி வணங்கினார்கள்.

அப்பால் சேரமான் பெருமாள் சுந்தரரைச் சேர நாட்டுக்கு அழைத்துச் சென்றார். திருவஞ்சைக் களத்தில் சுந்தரரை மிகச் சிறப்பாக வரவேற்று உபசரித்தார். தம்முடைய அரண்மனைக்கு அழைத்துச் சென்று அவர் திருவடிக்குப் பூசை செய்து உபசரித்து விருந்து செய்தார். அங்கே எழுந்தருளி இருக்கும் சிவபிரானைத் தரிசித்துச் சு சுந்தரர் திருப்பதிகம் பாடினார்.

சேரமன்னருடன் அளவளாவிச் சிலநாட்கள் சுந்தரர் திருவஞ்சைக் களத்தில் தங்கினார். அவருக்குத் திருவாரூர்ப் பெருமானைப் பிரிந்திருக்கப் பொறுக்கவில்லை. அப்பெருமானைத் தரிசிக்கவேண்டும் என்ற ஆராமை மிகுதியாயிற்று. ஆகவே, சேரமன்னரிடம் விடைபெற்றார். சுந்தரருடைய பிரிவைப் பொறாமல் சேரமான் பெருமாள் வருந்தினார். "எம்பெருமான் திருவருள் நலத்தால் இங்கே இருந்து இனிதாக அரசாட்சி செய்து கொண்டிரும்" என்று சுந்தரர் ஆறுதல் கூறினார். அப்பெருமானுக்குத் திருவாரூருக்குப் போக வேண்டும் என்று இருக்கும் பேரார்வத்தை உணர்ந்த சேரர் அவரை வணங்கி வழியனுப்பலானார். பல வகையான பண்டங்களையும் பொன்னையும் அளித்து விடை கொடுத்தார்.

சேரமானிடம் பெற்ற பொருள்களுடன் சுந்தரர் திருவாரூரை நோக்கிப் புறப்பட்டவர் கொங்கு நாட்டின் வழியே வந்தார். திருமுருகன் பூண்டிக்கு அருகில் அவர் வந்து கொண்டிருந்தார். சுந்தரர் இதுவரைக்கும் பெற்றவை எல்லாம் சிவபெருமான் அளித்தவை. அவர் வேறு யாரிடமிருந்தும் ஏதும் பெறவில்லை. இப்போது சேரமான் வழங்கிய பொருள்களோடு வந்தார். 'இந்தப் பொருள்களைப் பறித்து நம் கையாலே தருவோம்' என்று இறைவன் எண்ணினான் போலும்! சிவகணங்களை அழைத்து, "நீங்கள் வேடுவர்களாகச் சென்று நம்பியாரூரன் கொண்டு செல்லும் பொருள்களைப் பறித்து வாருங்கள்" என்று ஏவினான்.

அப்படியே அவர்கள் வேடுவர்களைப்போல உருவெடுத்துச் சுந்தரரை வழிமறித்து, "எல்லாப் பொருள்களையும் இப்படியே வையும்; இல்லையானால் கொன்று விடுவோம்" என்று அச்சுறுத்தி, அவற்றைப் பறித்துக் கொண்டு ஓடினர். பொருளைப் பறிகொடுத்த சுந்தரர் அருகில் ஆலயம் தெரிவதைக் கண்டு அங்கே சென்றார். "சுவாமி, வேடுவர்கள் கொள்ளையிடும் இந்த இடத்தில் ஏன் இருந்தீர்?" என்று வருந்தி, "கொடுகு வெஞ்சிலை" என்ற திருப்பதிகம் பாடினார். அப்போது இறைவன் அருளால் கோயில் முற்றத்தில் சுந்தரர் இழந்த பொருள்கள் யாவும் குவியலாக வந்து கிடந்தன. 'இறைவன் திருவருளால் நிகழ்ந்தது இது' என்பதை உணர்ந்த நம்பி ஆரூரர் மீட்டும் இறைவனை வணங்கி அப்பொருள்களை எடுத்துக் கொண்டார். உடன் வந்த ஏவலர்களிடம் அவற்றை அளித்து முன்னே போகச் செய்து, மிக்க காதலுடன் திருவாரூர் சென்று அடைந்தார்.

நிறைவு

திருவாரூரில் சுந்தரமூர்த்தி நாயனார் இருந்தபோது மீட்டும் திருவஞ்சைக் களம் சென்று சேரமான் பெருமாளைப் பார்த்து வரவேண்டும் என்ற விருப்பம் எழுந்தது. அதனால் திருவாரூரினின்றும் புறப்பட்டு, இடையில் உள்ள தலங்களைத் தரிசித்துக் கொண்டு கொங்கு நாட்டில் உள்ள திருப்புக்கொளியூர் அவிநாசி என்னும் திருப்பதியை அடைந்தார். இப்போது அவிநாசி என்றே அவ்வூர் வழங்குகிறது.

மறையோர் வாழும் வீதியின் மருங்கே அவர் வந்து கொண்டிருந்தபோது, அங்கே ஒரு வீட்டில் மங்கல வாத்தியங்கள் ஒலித்துக் கொண்டிருந்தன; அவ்வீட்டு வாயிலில் தோரணம், வாழை முதலியவற்றைக் கட்டியிருந்தார்கள். அதற்கு எதிர் வீட்டில் அழுகை யொலி கேட்டது. இவற்றைக் கவனித்த சுந்தரர் அருகிலுள்ளோரை, "ஏன் இப்படி இரு வேறு வீடுகளிலும் இரு வேறு ஒலிகள் கேட்கின்றன?" என்று வினவினார்.

"சில ஆண்டுகளுக்கு முன்பு இந்த இரண்டு வீடுகளிலும் இருந்த இரண்டு பிள்ளைகள் இவ்வூர்ப் பொய்கைக்கு நீராடச் சென்றார்கள். அப்போது அவர்களுக்கு ஐந்து பிராயம். நீராடியபோது ஒரு பிள்ளையை மடுவில் இருந்த முதலை விழுங்கிவிட்டது. பிழைத்து வந்த பிள்ளைக்கு இன்று உபநயனம் நடக்கிறது. அந்த வீட்டு மேளவாத்தியம் அதைக் காட்டுகிறது: இந்த வீட்டில் உள்ளவர்கள், 'நம் பிள்ளை உயிரோடிருந்தால் அவனுக்கும் இப்படி உபநயனம் செய்து களிக்கலாமே; அது இல்லாமற் போயிற்றே!" என்று வருந்தி அழுகிறார்கள் " என்று அவர் காரணத்தை விளக்கினார்.

இதைக் கேட்ட சுந்தரர் மிக இரக்கம் கொண்டார். பிள்ளையை இழந்த வீட்டுக்காரர்கள் அவரைக் கண்டு தம் வருத்தத்தை மறைத்துக்கொண்டு வந்து அவருடைய திருத்தாளை இறைஞ்சினார்கள். அவர்களைக் கண்ட சுந்தரர், "நீங்கள் உங்கள் மைந்தனை இழந்து விட்டீர்களோ?" என்று கேட்க, "அது முன்னே நிகழ்ந்த செய்தி; இப்போது தேவரீர் இங்கே எழுந்தருளப்பெறும் பேறு எங்களுக்குக் கிடைத்தது" என்று கூறித் தொழுதார்கள்.

'நாம் வந்த இதற்கு மகிழ்ந்து, தம் துயரத்தையும் மறந்து நிற்கும் இவர்களுடைய மைந்தனை இறைவன் திருவருளால் மீண்டும் வருவித்துக் கொடுக்கவேண்டும். என்று ஆளுடை நம்பி திருவுள்ளம் கொண்டார். "முதலை பிள்ளையை விழுங்கிய மடு எங்கே?" என்று கேட்க, அவர்கள் அங்கே அவரை அழைத்துச் சென்றார்கள். அங்கே நின்று அவிநாசியப்பரை எண்ணி, "எற்றான் மறக்கேன்" என்று ஒரு திருப்பதிகம் பாடத் தொடங்கினார். மூன்று பாடல்கள் பாடி நான்காவது பாட்டையும் பாடலானார்.

உரைப்பார் உரையுகந் துள்கவல் லார்தங்கள் உச்சியாய்
அரைக்கா டரவா ஆதியும் அந்தமும் ஆயினாய்
புரைக்காடு சோலைப் புக்கொளியூர் அவி நாசியே
கரைக்கால் முதலையைப் பிள்ளை தரச்சொல்லு காலனையே

என்ற பாட்டு வெளியாயிற்று. இந்தப் பாட்டு முடிவதற்குள் ஒரு முதலை
கரையருகே வந்து பிள்ளையைக் கக்கியது. அதுவரையில் அந்தப் பிள்ளை
உலகில் வாழ்ந்திருந்தால் எவ்வளவு வளர்ந்திருப்பானோ அவ்வளவு
வளர்ச்சியுடன் அவன் இருந்தான். பிள்ளையைக் கண்ட தாய் ஓடி
எடுத்துவந்து சுந்தரர் காலில் கிடத்தித் தானும் விழுந்தாள்; அவளுடைய
கணவரும் விழுந்தார். வானவர் பூமாரி பொழிந்தனர். மண்ணவர்
அதிசயித்தார்கள். யாவரும் திருக்கோயில் சென்று இறைவனைப்
பணிந்தார்கள்.

அப்பால் முதலை வாயினின்றும் மீண்ட பிள்ளைக்கு அன்றே உபநயனம்
செய்யச் செய்து உடனிருந்து ஆசி கூறிய சுந்தரர், யாவரிடமும்
விடைபெற்றுக் கொண்டு சேரமான் பெருமாளை நோக்கிப் புறப்பட்டார்.

இடையில் உள்ள தலங்களைத் தரிசித்து மலைகளையும் ஆறுகளையும்
கடந்து மலைநாட்டை அடைந்தார். "முதலை வாயிற் புகுந்த பிள்ளையை
மீண்டும் வருவித்து அளித்துச் சுந்தரர் வஞ்சிமா நகரத்தை நோக்கி
வருகின்றார்" என்பதை அடியவர்கள் ஓடிவந்து முன்னதாகவே சேரமான்
பெருமாளிடம் தெரிவித்தார்கள். சேரமன்னர் களிக் கடலில் மூழ்கித்
திணறினார். அவருடைய வரவை முரசறைந்து எங்கும் தெரிவிக்கச்
செய்தார். நகரத்தை நன்றாக அலங்கரிக்கச் சொன்னார். யானையை
அணிசெய்து எதிர்கொண்டு அழைத்துவரப் புறப்பட்டார். நகரில் புகுந்த
சுந்தரரைச் சேரமான் வணங்க மன்னரை நாவல் ஆரூரரும் பணிந்து நலம்
விசாரித்தனர். நட்பிலே சிறந்த அவ்விருவரும் அளவளாவினர். சேரமான்
சுந்தரரை யானையின்மேல் ஏற்றித் தாழும் பின் ஏறி அவருக்குக் குடை
பிடித்தார். நகரை வலம்வரச் செய்து வஞ்சிமாநகர் அரண்மனைக்கு
அழைத்துச் சென்றார். சுந்தரர் சிலநாட்கள் அங்கே பலவகை
உபசாரங்களையும் பெற்றுத் தங்கி யிருந்தார்.

ஒரு நாள் திருவஞ்சைக்களத் திருக்கோயிலுக்குச் சென்று இறைவனைத்
தரிசனம் செய்யத் தொடங்கினார் நாயனார். அப்போது அவருக்கு
இறைவனோடு ஒன்ற வேண்டும் என்ற எண்ணம் உண்டாயிற்று. இந்த
வாழ்க்கையி னின்றும் நீங்கிச் செல்ல வேண்டும் எனக் கருதினார்.
"தலைக்குத் தலைமாலை அணிந்த தென்னே" என்று தொடங்கும்
திருப்பதிகத்தைப் பாடலானார். எட்டாவது திருப் பாட்டில், "வெறுத்தேன்
மனைவாழ்க்கையை விட்டொழித்தேன்; விளங்குங் குழைக் காதுடை
வேதியனே" என்பதில் தம் கருத்தைக் குறிப்பித்தார்.

சுந்தரருடைய உள்ளக் கிடக்கையை உணர்ந்த சிவ பெருமான்
பழையபடியே அவரைத் தன்னுடைய அணுக்கத் தொண்டராக்கிக்
கொள்ளத் திருவுள்ளம் பூண்டான். பிரமன் முதலிய தேவர்களை அழைத்து,
"நாவலாரூரனை வெள்ளை யானையின்மேல் ஏற்றிக்கொண்டு இங்கே
அழைத்து வாருங்கள்" என்று ஏவினான். அவர் ஏவினான். அவர்கள்
அவ்வாறே திருவஞ்சைக்களம் சென்று கோயில் வாயிலில் காத்து நிற்கப்
புறத்தே சுந்தர் வந்த போது, "எம்பெருமான் அருளிப்பாடு இது" என்று
தெரிவித்தார்கள். உடனே அந்த யானையின்மேல் ஏறித் தேவர் புடைசூழச்
சுந்தரர் கைலையை நோக்கிப் புறப் பட்டார்.

அப்போது அவர் தம் தோழராகிய சேரமான் பெருமாளை
நினைத்துக்கொண்டு சென்றார். அதனை உணர்ந்த சேரர் ஒரு குதிரையில்
ஏறித் திருவஞ்சைக்கள ஆலயத்துக்கு வந்தார். வெள்ளை யானையின்மேல்
செல்லும் சுந்தரரைக் கண்டார். உடனே குதிரையின் காதில்
பஞ்சாட்சரத்தை ஓதவே, அது வானின்மீது பாய்ந்து செல்லத்
தொடங்கியது. சுந்தரர் ஊர்ந்து சென்ற யானையை வலங்கொண்டு
அதற்கும் முன்னாக அது வேகமாகச் சென்றது.

யானையின்மேல் சென்ற சுந்தரர் இறைவன் திருவருளை எண்ணி வியந்து
ஒரு திருப்பதிகத்தைப் பாடினார்.

தான்எனை முன்படைத்தான் அதறிந்துதன் பொன்னடிக்கே
நான்எனப் பாடல் அந்தோ நாயினேனைப் பொருட்படுத்து
வான்எனை வந்தெதிர் கொள்ள மத்தயானை அருள்புரிந்து

ஊனுயிர் வேறு செய்தான் நொடித்தான்மலை உத்தமனே

என்பது அப்பதிகத்தின் முதற் பாடல்.

திருக்கயிலையில் தென் திசைத் திருவாயிலை அடைந்தார் சுந்தரர். அங்கே சுந்தரரும் சேரமானும் முறையே யானை யினின்றும் குதிரையின்றும் இறங்கிப் பல வாயில்களைக் கடந்து திரு அணுக்கன் திருவாயிலை அடைந்தார்கள். சுந்தரர் உள்ளே புகுந்தார். ஆனால் சேரமான் உள்ளே புகமுடியாமல் தடையுண்டு நின்றார்.

உள்ளே சென்ற சுந்தரர் சிவபெருமானை ஆராத காதலுடன் தரிசித்துக் கீழே விழுந்து புளகம் போர்ப்ப நின்றார். இறைவன் அவரைப் பார்த்து, "ஊரனே, வந்தாயா?" என்று அன்புடன் வினவினான். "அடியேனை ஆட்கொண்டு அடியேன் பிழையைப் பொறுத்து முடிவிலாத நெறியிலே ஈடுபடுத்திய தேவரீர் பெருங்கருண எளியேனால் சொல்லும் தரத்ததோ!" என்று சொல்லி உருகி நின்றார் சுந்தரர். பிறகு, "வாயிற் புறத்தில் சேரமான் பெருமாள் நிற்கின்றார்" என்று சொல்ல, எம்பெருமான் திருநந்திதேவரைக் கொண்டு அவரை அழைத்து வரச் செய்தான்.

சேரமான் பெருமாள் இறைவன் திருமுன்பு வந்து வணங்கி நிற்க இறைவன் புன்முறுவல் பூத்தவனாய், "நாம் அழையாமலே நீ ஏன் வந்தாய்?" எனக் கேட்டான். சேர மன்னர் அஞ்சலி செய்து, "எம்பெருமானே, அடியேன் ஆரூரர் கழலைப் போற்றி அவருடைய யானைக்கு முன்னே சேவித்தபடி வந்தேன். தேவரீருடைய கருணை வெள்ளம் இங்கே அழைத்து வந்தது. அதனால் திருமுன் வந்தேன். அடியேன் செய்துகொள்ளும் விண்ணப்பம் ஒன்று உண்டு என்றார். இறைவன், "என்ன?" என்று கேட்க, "எம் பெருமானே, அடியேன் திருக்கயிலையைப் பற்றி ஓர் உலாவைப் பாடியுள்ளேன்; அதைத் திருச்செவியில் சாத்தியருள வேண்டும். என்னுடைய பாசம் நீங்க இந்த வன்றொண்டருடைய நட்பை எனக்கு அருளிய பெருமான் அல்லவா?" என்றார்.

சிவபெருமான், அதனைச் சொல்லுக என்று பணிக்கவே, அங்கே சேரர் ஆதியுலாவை விண்ணப்பித்துக் கொண்டார். கேட்டு மகிழ்ந்த எம்பெருமான், "நீங்கள் இருவரும் நம்முடைய கணநாதராக இருங்கள்' என்று அருள் செய்தான்.

அது முதல் வன்றொண்டர் பழையபடியே ஆலால் சுந்தரராகித் தொண்டு செய்து வரலானார். சேரமான பெருமாள் ஒரு கணநாதராக அங்கே இருந்து இறைவனுக்குரிய பணிகளை ஆற்றிவரத் தொடங்கினார்.

பரவையார் சங்கிலியார் என்னும் இருவரும் பாசத் தொடக்கறுத்து, இறைவியின் திருவருளால் மீண்டும் கமலினியாராகவும் அநிந்திதையாராகவும் வந்து சேர்ந்தனர்.

சுந்தரர் பாடிய, "தானெனை முன் படைத்தான்" என்ற பதிகத்தை அவர் வருணனாகிய ஆழிவேந்தனிடம் அளிக்க, அவன் அதைத் திருவஞ்சைக் களத்துக்குக் கொண்டுவந்து சேர்ப்பித்தான். ஆதியுலாவைக் கைலையில் கேட்ட சாத்தனார் திருப்பிடவூர் என்னும் ஊரில் வந்து வெளிப்படுத்தினார்.

இவ்வாறு உலகம் உய்யவும் திருத்தொண்டத் தொகையினால் நாயன்மார்கள் புகழ் பரவவும் திருவவதாரம் செய்த சுந்தரமூர்த்தி நாயனார் சைவசமயாசாரியரில் ஒருவ ராக நின்று யாவரும் புகழ்ந்து போற்றும் சிறப்போடு நிலவுகிறார்.

மனு நீதிச் சோழன்

திருவாரூரின் சிறப்பைப் பெரிய புராணத்தில் சேக்கிழார் சொல்கிறார். பெரிய புராணத்தில் பல நாயன்மார்களுடைய கதைகள் வருகின்றன. அதனைக் காப்பிய வடிவத்தில் அமைக்கப் புகுந்த சேக்கிழார், அதற்குக் கதா நாயகராகச் சுந்தரமூர்த்தி நாயனாரை அமைத்துக் கொண் டார். அவர் திருத்தொண்டத்தொகை அருளினார் என்று கூறி, அந்தத் திருப்பதிகத்திற் கண்ட நாயன்மார்களின் வரலாறுகளைச் சொல்லுகிறேன் என்று தொடங்கி அவற்றைப் பாடுகிறார். சுந்தரர் திருவாரூரில் தங்கிப் பரவை யாரை மணம் செய்துகொண்டு வாழ்ந்தார். ஆதலின் இந்தக் காப்பியத்துக்குரிய நாட்டுச் சிறப்பை அமைக்க எண்ணிய சேக்கிழார், சுந்தரர் வாழ்ந்த திருவாரூர் எந்த நாட்டில் உள்ளதோ அந்த நாடாகிய சோழநாட்டையே நாட்டுச் சிறப்பில் வருணித்தார். அப்படியே காப்பியத்துக்குரிய நகரச்சிறப்பை அமைக்கும்போது திருவாரூர்ச் சிறப்பையே எடுத்துச் சொன்னார். அதன் சிறப்பைச் சொல்லும்போது அங்கே அரசாண்ட ம மனு நீதிச் சோழனுடைய வரலாற்றை விரிவாகப் பாடினார்.
***

சோழ நாட்டில் தொன்மையில் மிக்கதும், திருமகள் வழிபட்டுப் பேறு பெற்றதுமான திருப்பதி திருவாரூர். அங்கே வேத ஓசையும் வீணையின் ஓசையும் தெய்வங்களைத் துதிசெய்வோர் புரியும் தோத்திர ஓசையும் மாதர்களின் நடனத்தில் முழங்கும் முழவின் ஓசையும் வேறு வகையான கீத ஓசைகளும் மலிந்திருக்கும். ஒருபால் தேரோடும் ஒலியும், ஒருபால் யானையின் முழக்கமும், ஒருபால் குதிரையின் ஒலியும் எழும். மாட மாளிகைகளும் மண்டபங்களும் நிரம்பிய அந்நகரில் ஆடல் மகளிர் சிலம்பொலி எங்கும் கேட்கும். அப்படி உள்ள மாளிகைகளில் ஒன்றில்தான் பரவையார் அவதாரம் செய்தார்.

சிவபெருமான் சுந்தரருக்காகப் பரவை நாச்சியாரிடம் தூது சென்றமையின் அவ்வூர்த் திருவீதி அப்பெருமானுடைய செந்தாமரைத் திருவடியின் மணம் வீசும். அங்குள்ள மக்கள் தேவாரப் பதிகங்களைப் பக்தியுடன் துவார்கள். அவற்றைக் கிளிகள் கேட்டுத் தாமும் கற்றுக்கொண்டு சொல்ல,

பூவைகள் அவற்றைக் கேட்கும். ஆவண வீதிகளும் அந்தணர், அரசர், வணிகர், வேளாளர் வாழும் வீதிகளும் அணியணியாக விளங்கும்.

சோழ மன்னர்கள் திருமுடி சூட்டிக்கொள்ளும் நகரங்களில் ஒன்று அது. அங்கே சோழ அரசர்கள் இருந்து அரசாட்சி புரிந்ததும் உண்டு.

பழங்காலத்தில் மனுச் சோழன் என்னும் வேந்தன் அந்த நகரத்தில் இருந்து அரசாண்டு வந்தான். உயிர்களுக்குக் கண்ணைப் போலவும் ஆவியைப் போலவும் விளங்கிய அம் மன்னன் பல வேள்விகளைச் செய்தான். மனுநீதியின் வழியே செங்கோல் ஓச்சி வந்தான். திருவாரூ ரில் எழுந்தருளியுள்ள புற்றிடங்கொண்ட நாயகருக்குப் பலவகை நிவந்தங்களை வழங்கி, ஆகம முறைப்படியே பூசையும் விழாக்களும் நன்கு நடந்து வரும்படி செய்தான்.

அவ்வரசனுக்குச் சிங்கக் குட்டி போல ஒரு மைந்தன் பிறந்தான். அவன் கலைகள் பல ஓதி, யானையேற்றம் குதிரையேற்றம் முதலியவற்றையும் கற்றுக்கொண்டு, இளவரசுப் பட்டம் பெறுவதற்கு ஏற்ற பருவத்தை அடைந்தான்.

ஒரு நாள் அவ்வரச குமாரன் பிற இளங்குமரர்கள் சூழவும் சேனைகள் சூழவும் அரச வீதியில் தேரில் ஏறிச் சென்றான். அப்போது அங்கே வந்த பசுவின் இளங்கன்று ஒன்று அவன் சென்ற தேர்க்காலில் அகப் பட்டு இறந்துவிட்டது. அதைக் கண்ட தாய்ப் பசு உருகி அலறி அலமந்து சோர்ந்து வீழ்ந்தது.

அதைக் கண்ட அரசிளங்குமரன், "ஐயோ! இத்தகைய அபாயம் வந்துவிட்டதே!" என்று அஞ்சித் தேரினின்று இறங்கி விழுந்தான். அலறுகின்ற பசுவைப் பார்த்து உயிர் பதைத்தான். இறந்து கிடந்த கன்றைப் பார்த்துப் பெருமூச்சு விட்டான். "இவ்வுலகத்தைக் காக்கும் என் தந்தைக்கு இப் பழியை உண்டாக்கும் மைந்தனாக நான் பிறந்தேனே!" என்று புலம்பினான். "இந்தப் பழியைப் போக்கிக்கொள்வதற்கு வேத சாஸ்திரங்களில் ஏதேனும் பரிகாரம் உண்டானால் அதை எந்தையார்

அறிவதற்கு முன்பே நான் செய்வேன்" என்று கூறி அந்தணர்களை நோக்கிச்
சென்றான்.

கன்றை இழந்த பசுவோ பெருமூச்சு விட்டுக்கொண்டு முகத்தில் கண்ணீர்
வார அரண்மனை வாயிலுக்குச் சென்று, அங்கே தொங்கிக்கொண்டிருந்த
ஆராய்ச்சி மணியைத் தன் கொம்பினால் அடித்தது. பலகாலமாக அந்த
மணியின் ஓசையைக் கேட்டறியாத மன்னன், அதைக் கேட்டுத்
திடுக்கிட்டான். அவன் சிங்காதனத்திலிருந்து
இறங்கி வந்து விசாரித்தபோது, வாயில் காவலர், "ஒரு பசு இங்கே வந்து
வாயில்மணியைக் கொம்பால் அடித்தது" என்று சொன்னார்கள்.

பசுவைக் கண்டு வருந்திய மன்னன் அருகிலிருந்த அமைச்சர்களை நோக்கி,
"இதற்கு என்ன துன்பம் வந்தது?' என்று கேட்க, முதிய அமைச்சன் ஒருவன்
சொல்லலானான்; "சோழ மன்னனே, உன்னுடைய மகன் மணிகள்
கட்டியதும் நெடுந்தூரத்தில் வரும்போதே தெரியும் உயரம்
உடையதுமாகிய ஒரு தேரின்மேல் ஏறி, அரசர்கள் உலாவரும் வீதியில்
போனான். அளவில்லாத தேரும் படைகளும் அத்தேரைச் சூழ்ந்து
சென்றன. அப்போது ஓர் இளம் பசுங்கன்று அந்தத் தேர்க்காலில் புகுந்து
இறந்துவிட்டது. அதனால் தளர்வுற்ற தாய்ப்பசு இவ்வாறு செய்தது"
என்றான்.

அதுகேட்ட மன்னன் அந்தப் பசுமாட்டுக்கு உண்டானது போன்ற
துயரத்தை அடைந்து, இந்தப் பாவம் சம்பவித்துவிட்டதே!" என்று
வருந்தினான்; "என் செங்கோல் முறை அழகிது!" என்று பொருமினான்;
"என்ன செய்தால் இது தீரும்?" என்று யோசித்தான். அவனுடைய
நிலையைக் கண்ட மந்திரிமார் அவனை அடி வணங்கி, "இதற்காகச் சிந்தை
தளரவேண்டாம். முன்பு இவ்வாறு பசுஹத்தி செய்தவர்களுக்குப்
பிராயச்சித்தம் விதித்திருக்கிறார்கள். அதன்படி மைந்தனைக் கொண்டு
செய்விப்பதே அறம்' என்றார்கள்.

அது கேட்டு மன்னன், "முன்னை வழக்கின்படி பரிகாரம் செய்யலாம்
என்று நீங்கள் சொல்கிறீர்கள். அவ்வாறு செய்தால் தன் கன்றை இழந்து
அலறும் பசுவுக்கு அது மாற்றாக உதவுமா? என் மைந்தனை

இழுக்கக்கூடாது என்ற எண்ணத்தால் நீங்கள் பரிகாரம் சொன்னால், தருமம் பிறழ்ந்து விடாதோ? உலகத்தைக் காக்கும் மன்னவன் உயிர்க் கூட்டங்களை ஐந்து விதமான அச்சத்தினின்றும் பாதுகாக்கவேண்டும். தன்னாலும் தன் சுற்றத்தாராலும் பகைவராலும் கள்வராலும் பிற உயிர்களாலும் உண்டாகும் தீங்குகளைப் போக்குவது அவன் கடன். என் மகன் செய்த கொலைக்குப் பரிகாரம் செய்துவிட்டு, வறு ஒருவன் உயிர்க் கொலை செய்யும்போது அவனைக் கொல்வேனானால், பழைய மனு நீதியானது இந்தப் புதிய மனுவினால் அழிந்துவிட்டது என்னும் பழியல்லவா என்னை வந்து சாரும்? இத்தகைய யோசனையைச் சொன்னீர்களே!' என்று இகழ்ந்துரைத்தான்.

அமைச்சரோ பின்னும், "இது போல் முன்பும் நிகழ்ந்தது உண்டு. இதற்காக மைந்தனைக் கொல்லுதல் முறை யன்று. வேதம் சொன்னபடி பரிகாரம் செய்தல், பழங்கால முதல் வந்துகொண்டிருக்கும் நெறியல்லவா?" என்று எடுத்துக் கூறினர். மனு வேந்தன் கோபம் கொண்டு, "நீங்கள் முறையற்றதைச் சொல்கிறீர்கள். இதுபோல் பழங்காலத்தில் நிகழ்ந்ததுண்டு என்கிறீர்களே. அப்படி யானால், எந்த உலகத்தில் எந்தப் பசு இத்தகைய துன்பத்தை அடைந்து ஆராய்ச்சி மணியை அடித்து விழுந்தது? சொல்லுங்கள், பார்க்கலாம்'" என்றான். மீண்டும், "சிவபெருமான் எழுந்தருளியிருக்கும் திருவாரூரில் பிறந்த உயிர்கள் யாவும் புனிதமானவை. அத்தகைய உயிரை அவன் கொன்று விட்டான். ஆதலின் கொலை செய்த வனைக் கொல்வதே தக்கது. இதுதான் இதற்குரிய தீர்ப்பு. இந்தப் பசு தன் கன்றை இழந்து வருந்துவது போல நானும் என் மகனை இழந்து வருந்துவதுதான் எனக்கு ஏற்றது" என்று உறுதியாகக் கூறினான். அதற்குமேல் பேச அஞ்சினார்கள் அமைச்சர்கள்.

உடனே மன்னவன் தன் மகனை வருவித்து, ஒரு மந்திரியிடம் அவனை ஒப்பித்து, "அவ்வீதியில் இவனைத் தேர்க்காலில் இட்டு ஊர்ந்து வருவாயாக" என்று பணித்தான். அமைச்சன் அது செய்ய விரும்பாமல் தன் உயிரைப் போக்கிக் கொண்டான். அது கண்ட அரசன் தானே தன் மைந்தனை அழைத்துக்கொண்டு வீதிக்கு வந்தான்.

வழி வழியே நாட்டை ஆளும் உரிமையும் கடமையும் படைத்த சோழ குலம் தொடர்ந்து ஆளும் வகையில் மனு வேந்தனுக்கு அம் மைந்தன் ஒருவனே இருந்தான். தன் குலத்துக்கு ஒரு மைந்தனே இருக்கின்றான் என்ற உண்மையை வேந்தன் நினைத்துப் பார்க்க-வில்லை. அறம் தன் வழியில் இடர்ப்படாமல் செல்ல வேண்டும் என்ற ஒன்றையே குறிக்கொண்டு தன் மைந்தன் மார்பில் சக்கரம் பதியும்படி மனுவேந்தன் தன் தேரைச் செலுத்தினான். இவ்வாறு அறத்தைப் பாதுகாக்கும் செங்கோன்மையை வேறு யாரிடம் காணமுடியும்?

ஒருமைந்தன் தன்குலத்துக்கு
    உள்ளான்என் பதும்உணரான் ;
தருமம்தன் வழிச்செல்கை
    கடன் என்று தன்மைந்தன்
மருமம்தன் தேர் ஆழி
    உறஊர்ந்தான்; மனுவேந்தன்
அருமந்த அரசாட்சி
    அரிதோ,மற் றெளிதோதான்!"

என்று சேக்கிழார் பாடுகிறார்.

அரசன் செய்கையைக் கண்டு மண்ணுலகத்தவர் கண் மாரி பொழிந்தனர். வானவர் பூமாரி பொழிந்தனர். அப்போது அங்கே திருவீதியில் சிவபெருமான் மழுவிடைமேல் வீதிவிடங்கப் பெருமானாக எழுந்தருளிக் காட்சி கொடுத்தான். அரசன் இறைவனைத் தரிசித்துப் போற்றினான்.

எம்பெருமானுடைய திருவருளால், உயிர் பிரிந்த ஆன் கன்று உயிர் பெற்றுத் துள்ளி எழுந்தது; அரசகுமாரனாகிய கன்றும் எழுந்து அரசனை அடிபணிந்தான்; உயிர் நீத்த மந்திரியும் உயிர் பெற்று எழுந்தான். அடி பணிந்த மகனை மன்னன் தழுவிக் கொண்டான். தாய்ப் பசுவின் மடியிலே சுரந்த இனிய பாலை உண்டு மகிழ்ந்தது இளங்கன்று. யாவரும் அதிசயித்து இறைவனைப் போற்றினர். இறைவன் மன்னனுக்கு அருள் சுரந்து மறைந்தருளினான்.

இவ்வாறு மனு நீதியின்படி மனுச் சோழன் அரசாண்டது திருவாரூர்.
எம்பெருமான் பல அடியார் களுக்கு அருள் வழங்கிப் பூங்கோயிலில்
எழுந்தருளி விளங்குவது அந்தத் தெய்வத் திருநகரம்.

திருமுறை கண்ட வரலாறு

சிவபெருமானுடைய பெருமையைச் சொல்வன சைவத் திருமுறைகள். அவற்றைத் தொகுத்தவர் நம்பியாண்டார் நம்பிகள், தொகுப்பதற்கு வேண்டியவற்றைச் செய்தவன் இராசராச சோழன். அந்த வரலாறு வருமாறு.

தஞ்சாவூரில் இருந்து செங்கோலோச்சி வந்தான் இராசராச சோழன். அவன் சிவபக்திச் செல்வம் மிக்கவன்; சிவபாதசேகரன் என்ற சிறப்புப் பெயர் உள்ளவன். அக் காலத்தில் மூவர் பாடிய தேவாரத் திருப்பதிகங்கள் தொகுக்கப் பெறவில்லை. யாராவது அன்பர் தமக்குத் தெரிந்த பதிகம் ஒன்றைச் சொல்வார். தம் தம் ஊரைப் பற்றிய பதிகத்தை இப்படிப் பல அன்பர்கள் பாடுவதைக் கேட்டு அரசன் உருகினான். 'இந்தத் திருப்பதிகங்கள் எல்லாவற்றையும் ஒருங்கே பெற்றுக் கேட்பது எப்போது? என்ற ஏக்கம் அவனுக்கு உண்டாயிற்று.

அக்காலத்தில் சிதம்பரத்தை அடுத்த திருநாரையூர் என்னும் திருத்தலத்தில் கோயில் பூசை புரிந்து வந்த ஆதிசைவருக்கு இறைவன் திருவருளால் மணியைப்போல் ஓர் ஆண் குழந்தை பிறந்து வளர்ந்து வந்தான். அச்சிறுவனுக்குத் தந்தை உபநயனம் செய்து வைத்தார். ஒரு நாள் தந்தை வெளியூருக்குப் போனார். அவர் சொல்லிச் சென்ற படி அங்குள்ள பொல்லாப் பிள்ளையாருக்கு அந்த இளைஞனே பூசை செய்யச் சென்றான். திருமஞ்சனம் செய்து அர்ச்சனையும் புரிந்து பிறகு நிவேதனத்தை முன்னாலே வைத்தான். "எம்பெருமானே, அமுது செய்தருள வேண்டும்" என்று வேண்டினான். பிள்ளையார் அதை உண்ணுவார் என்று அந்த இளம்பிள்ளை எண்ணியிருந்தான் போலும்! விநாயகர் அதை உண்ணவில்லை. அது கண்ட அவன், 'நாம் ஏதோ தவறு செய்திருக்கிறோம். அதனால்தான் இப்பெருமான் நிவேதனத்தை ஏற்றுக் கொள்ளவில்லை' என்று எண்ணி வருந்தினான். அந்தவருத்தம் தாங்காமல் தன் தலையைக் கல்லில் மோதிக் கொள்ளச் சென்றான். அப்போது விநாயகர், "நம்பி, பொறு" என்று சொல்லி அங்கே வைத்திருந்த நிவேதனம் முழுவதையும் உண்டருளினார். உடனே நம்பி, "எம்பெருமானே, நான் பள்ளிக்கூடம் செல்ல நேரம் தாழ்த்துவிட்டது. பள்ளிக்குச் சென்றால் எங்கள் வாத்தியார்

அடிப்பார். ஆகையால் நீயே எனக்குப் பாடம் சொல்லிக் கொடுக்கவேண்டும்" என்றான். அப்படியே விநாயகர் அப்பிள்ளைக்குக் கல்வி கற்பிக்கலானார்.

மறு நாளும் இப்படியே நடைபெற்றது. தொடர்ந்து அந்த நம்பியாண்டார் நம்பியே விநாயகரைப் பூசித்து வந்தார். ஒவ்வொரு நாளும் பொல்லாப் பிள்ளையார் நம்பி அளிக்கும் திருவமுதை உண்டு அவருக்குக் கல்வி கற்பித்து வந்தார். இந்த அதிசயச் செய்தி நாடு முழுவதும் பரந்தது.

இராசராச சோழன் இந்தச் செய்தியைக் கேட்டான். உடனே பலவகைப் பழங்களையும் அவல், அப்பம், எள்ளுருண்டை முதலியவற்றையும் வண்டி வண்டியாக நாரையூருக்குக் கொண்டுவர ஏற்பாடு செய்து அங்கே சென்றான். பழங்களும் பிற பண்டங்களும் நாரையூரில் நிரம்பின. அங்கே, இடம் போதாமல் ஊரின் எல்லை கடந்தும் அவற்றைக் குவித்தார்கள்.

சோழ மன்னன் நம்பியாண்டார் நம்பியை அடி பணிந்து, "இவற்றைப் பிள்ளையாருக்கு நிவேதனம் செய்ய வேண்டும்" என்றான். நம்பியும் விநாயகர் அடி பணிந்து வேண்டிக் கொள்ள, அவர் அங்கிருந்த எல்லாவற்றையும் அமுது செய்தருளினார். அது கண்டு விம்மிதமுற்ற அரசன் மெய் புளகம் போர்ப்பக் கண்ணீர் வார நம்பியாண்டார் நம்பி திருவடியில் வீழ்ந்து பணிந்து, "அடியேனுக்கு நெடுங்காலமாக ஒரு குறை உண்டு. அதனைத் தேவரீரிடம் விண்ணப்பம் செய்கிறேன்; கேட்டருள வேண்டும். மூவர் அருளிச் செய்த தேவாரங்களும் நாயன்மார்கள் வரலாறும் இப்போது தெளிவாகக் கிடைக்க வில்லை. அவை யாரும் அறிய விளக்கம் பெறவேண்டும். இதுவே அடியேனது நெடு நாளைய ஆசை" என்றான்.

நம்பியாண்டார் நம்பி, "விநாயகப் பெருமானிடம் கேட்டுத்தான் இதைத் தெளிய வேண்டும்" என்று சொல்லி, அப்பெருமானுடைய சந்நிதியை அடைந்து வணங்கினார். பிறகு எழுந்து கண்ணில் நீர் வழிய நெஞ்சுருகி, "எப்பெருமானே, மூவர் தமிழ் இருக்கும் இடம் இன்னது என்பதையும், திருத்தொண்டர்களின் இயல்புகளையும் அருளிச் செய்ய வேண்டும்" என்று பிரார்த்தித்தார். அப்போது விநாயகர், "மூவர் தமிழும் திருச்சிற்றம்

பலத்தில் நடராசர் சந்நிதிக்குப் புறத்தே உள்ள வாயிலுக்கு அருகில் மூவர் கைகளின் அடையாளம் உள்ள இடத்தில் உள்ளன" என்று அருளி, தொண்டர்களைப் பற்றிய விவரங்களையும் அருளினார். அவற்றை அறிந்த நம்பிகள் அரசனிடம் வந்து யாவற்றையும் உரைத்தார். "திருஞான சம்பந்தப் பெருமான் 'தோடுடைய செவியன்' என்று தொடங்கியது முதல் 'கல்லூர்ப் பெருமணம் என்பது வரையில் பதினாறாயிரம் பதிகங்கள் பாடியுள்ளார். திருநாவுக்கரசர் நாற்பத்தொன்பதினாயிரம் பதிகம் பாடினார். திருவாரூர் நம்பியாகிய சுந்தரர் பதினெண்ணாயிரம் பதிகம் பாடினார். அவற்றைத் தம் கை இலச்சினைகளுடன் தில்லையில் வைத்திருக்கிறார்கள்" என்று விரிவாகச் சொன்னார்.

உடனே மன்னன் நம்பியாண்டார் நம்பியை அழைத் துக்கொண்டு தில்லை சென்று, அங்குள்ள தில்லை வாழந்தணர், காவலாளர் முதலியவர்களிடம் விநாயகப் பெருமான் அருளியது இது என்று சொன்னான். அவர்கள், "தமிழை வைத்த மூவரும் வந்தால் அந்த அறையைத் திறந்து பார்க்கலாம்" என்றார்கள். அரசன் நடராசப் பெருமானுக்குத் திருவிழாச் செய்து மூவர்களையும் திருவீதியில் உலாவாக எழுந்தருளுவித்துக் கோயிலை வலமாக வரச் செய்து, குறிப்பிட்ட இடத்துக்கு எடுத்து வரச் செய்தான். அவ்விடத்தே பார்க்கும்போது கை இலச்சினை இருந்தது. அதைக் கண்டு யாவரும் வியப்படைந்தார்கள். அங்குள்ள மூடியை அகற்றி உள்ளே இருந்த அறையைப் பார்த்த போது புற்று மண்டிக்கிடந்தைக் கண்டார்கள்.

அது கண்டு சிந்தைநொந்த அரசன் மேலே மூடியிருந்த மண்மலையைத் தள்ளிக் குடம் குடமாக எண்ணெயைச் கொண்டு வந்து ஊற்றச் செய்தான். கீழே இருந்த ஏடுகளை எடுத்துப் பார்த்தபோது பல ஏடுகள் பழுதாகி விட்டதை அறிந்து, மிகவும் வருந்திக் கண்ணீர் சோர நின்றான். அப்போது இறைவன் அசரீரிவாக்காக, மூவர் பாடலில் வேண்டுவனவற்றை வைத்து, மற்றவற்றை மண் மூடச் செய்தோம்" என்று அருளினான்.

இறைவன் திருவுள்ளக் குறிப்பை அறிந்த மன்னன் ஆறுதல் பெற்று ஆடினான், பாடினான்; நம்பியாண்டார் நம்பியின் திருவடியில் விழுந்து பணிந்தான்; அடியவர்களுக் கெல்லாம் பொன்னை வீசினான். பிறகு

அந்தத் தேவாரங்களை ஒழுங்குபடுத்தத் தொடங்கினான். நம்பி யாண்டார் நம்பியின் உதவி கொண்டு சம்பந்தர் அருளிய திருப்பதிகங்களை முதல் மூன்று திருமுறைகளாகவும், திருநாவுக்கரசர் பாடல்களை அப்பால் மூன்று திருமுறைகளாகவும், சுந்தரர் திருவாக்கை ஏழாந் திருமுறையாகவும் வகுத்தார்கள். அப்பால் மணிவாசகர் வாக்கை எட்டாந் திருமுறையாகவும், திருவிசைப் பாவை ஒன்பதாந்திருமுறை யாகவும், திருமந்திரமாலையைப் பத்தாந்திருமுறையாகவும் அமைத்தார்கள். பிறகு சிவபெருமான் அருளிய திருமுகப் பாசுரத்தையும் காரைக்கால் அம்மையார் முதலியவர்கள் பாடிய திருப்பதிகங்களையும் பதினோராம் திருமுறையாக வகுத்தார்கள். நம்பியாண்டார் நம்பி திருத்தொண்டர் திருவந்தாதியைப் பாடினார். அவர் பாடிய அதுவும் பிற பாடல்களும் மன்னனுடைய வேண்டுகோளால் பதினோராந் திருமுறையில் சேர்க்கப்பெற்றன.

பிறகு இறைவன் அருட்குறிப்பை உணர்ந்து தேவாரத்துக்குப் பண்களை அமைக்க எண்ணினார்கள். இறைவன், "திருநீலகண்ட யாழ்ப்பாணர் மரபில் வந்த ஒரு பெண்மணிக்கு இவற்றின் பண்களை அறியும் ஆற்றலை வழங்கியிருக்கிறோம்" என்று அருள, அவர்கள் திரு எருக்கத்தம்புலியூர் சென்று அப் பெண்மணியைக் கண்டார்கள். அப் பெருமாட்டியைத் திருத்தில்லைக்கு அழைத்து வந்து அம்பலவாணர் சந்நிதியில் இசை வகுக்கும்படி வேண்டினார்கள். அப்பெருமாட்டி காட்டிய படியே பண்களை அடைவாக வகுத்தார்கள்.

அது முதல் மீண்டும் தேவாரப்பதிகங்களை அவற்றிற் குரிய பண்ணோடு பாடும் வழக்கம் உண்டாயிற்று. அறுபத்து மூவருடைய பெருமையையும் மக்கள் எண்ணி வழிபட்டனர். திருமுறைகளைத் தொகுப்பதற்குக் காரண மாக இருந்த முதல் இராசராசனைத் திருமுறை கண்ட சோழன் என்று அறிஞர் பாராட்டுவர். அவன் வாழ்ந்த காலம் கி.பி. 956 முதல் கி.பி. 1012 வரை ஆகும்.

சேக்கிழார்

தொண்டை நாட்டில் உள்ள குன்றத்தூரில் வேளாளர் குலத்தில் சேக்கிழார் என்னும் பெயரையுடைய குடியில் இற்றைக்குச் சற்றேறக்குறைய எண்ணூறு ஆண்டுகளுக்கு முன் உதித்தவர் சேக்கிழார். அவருக்குத் தாய் தந்தையர் அருண்மொழித் தேவர் என்று பெயர் வைத்தனர். அவருக்குப் பாலறா வாயர் என்ற தம்பி ஒருவரும் பிறந்தார்.

அருண்மொழித் தேவர் கல்வியறிவிற் சிறந்தவராக இருப்பதை அறிந்த இரண்டாங் குலோத்துங்க சோழன் அவரைத் தன்னுடைய முதல் மந்திரியாகக் கொண்டு, உத்தம சோழப் பல்லவன் என்னும் சிறப்புப் பெயரை வழங்கினான். அரசனுக்குக் கண்போன்று விளங்கி, அமைச்சனுக்குரிய இலக்கணங்கள் நிரம்ப, யாரும் புகழூம் வகையில் திகழ்ந்தார் சேக்கிழார். சோழ நாட்டில் உள்ள திருநாகேசுவரம் என்னும் தலத்தில் அவருக்கு ஈடுபாடு உண்டாயிற்று. அடிக்கடி அங்கே சென்று தரிசித்து வந்தார். தம்முடைய ஊராகிய குன்றத்தூரில் ஒரு சிவாலயம் எடுப்பித்து அதற்குத் திருநாகேசுவரம் என்ற திருநாமம் அமைத்து வழிபட்டு வந்தார். இப்போது அக் கோயிலுள்ள பகுதிக்குத் திருநாகேசுவரம் என்ற பெயர் வழங்குகிறது.

திருமுறை கண்ட சோழனாகிய முதலாம் இராசராச சோழன் காலத்துக்குப் பிறகு, தேவாரப் பதிகங்கள் தமிழ் நாட்டில் எங்கும் பரவி வழங்கலாயின. மக்களுக்குத் தலவழி பாட்டிலும், சைவ சமய ஆசாரியர்களுடைய வழிபாட்டிலும் ஈடுபாடு அதிகமாயிற்று. சேக்கிழார் அமைச்சராதலினால் அடிக்கடி பல ஊர்களுக்குப் போய் வருவார். அங்கங்கே உள்ள கோயில்களைத் தரிசித்து அவற்றின் பெருமையை விசாரித்து அறிவார். நாயன்மார்கள் அவதரித்த தலங்களுக்குச் சென்று, அவர்களைப் பற்றிய செய்திகளைக் கேட்டுத் தெரிந்துகொள்வார்.

இவ்வாறு இருக்கையில், சோழ மன்னன் தண்டமிழ்ச் சுவை தேரும் இயல்பினனாதலின் சீவகசிந்தாமணியைப் படித்து இன்புற்றான். அதில் அவன் மனம் ஆழ்ந்தது. சேக்கிழார் ஒரு நாள் மன்னனோடு பேசிக்கொண் டிருக்கையில், அவன் சிந்தாமணியின் பெருமையை எடுத்துச் சொன்னான்.

சேக்கிழார், "தமிழ் நயம் உள்ள காவியந்தான் அது. ஆயினும், சமயத்துறையில் அது வேறு பட்டது" என்றார். அரசன், "சைவ சமயத்தைச் சார்ந்த காவியம் என்ன இருக்கிறது?" என்று கேட்டான். "காவியம் இப்போது இல்லை. ஆனால், காவியத்துக்குரிய பொருள் பல உண்டு. திருவருள் கூட்டுவித்தால் திருத் தொண்டர்களின் வரலாற்றை நானே காவியமாகப் பாடலாம் என்று எண்ணியிருக்கிறேன்" என்றார்.

அதுகேட்ட மன்னன் அளவற்ற மகிழ்ச்சியை அடைந்தான்; "நீங்கள் அது செய்து முடித்தால் தமிழ் நாட்டுக்கே பெருமை உண்டாகும்" என்று சொல்லி அவரை ஊக்கினான். சேக்கிழார், அந்தக் காவியத்தில் முழுமனத்தையும் வைத்து இயற்ற வேண்டும் என்றும், தில்லையில் சென்று தங்கிக் காவியம் பாடவேண்டு மென்ற விருப்பம் உள்ள தென்றும் சொன்னார். மன்னன் அவரிடமுள்ள அமைச்சியற் பொறுப்பைத் தக்கவரிடம் ஒப்பிக்கச் செய்து, வேண்டிய வசதிகளுடன் தில்லையில் இருந்து திருத் தொண்டர் புராணத்தைப் பாடும்படி ஏற்பாடுகளைச் செய்தான்.

சேக்கிழார் தில்லைவாசி ஆனார். இறைவன் திருக்கோயிலுக்குச் சென்று வணங்கினார். அப்போது அசரீரியாக, "உலகெலாம்" என்ற ஒலி எழுந்தது. அதையே முதலாகக் கொண்டு புராணம் பாடத் தொடங்கினார்.

இறைவன் இன்னருளால் புராணம் பாடி நிறை வேறியது. அரசனே வந்து சேக்கிழாரை வணங்கிப் போற்றி அரங்கேற்றத்துக்கு வேண்டியன செய்வித்தான். சித்திரை மாதம் திருவாதிரையன்று தில்லைத் திருக்கோயிவில் நடராசப் பெருமான் சந்நிதியில் சேக்கிழார் திருத் தொண்டர் புராணத்துக்கு உரை விரிக்கத் தொடங்கினார். அடுத்த ஆண்டு சித்திரைத் திருவாதிரைவரை அரங்கேற்றம் நடைபெற்றது. தமிழ் நாட்டிலிருந்து ஆயிரக் கணக்கான அன்பர்களும், புலவர்களும், மடாதிபதிகளும் வந்து கேட்டு இன்புற்றனர்.